BAKIT BALIKTAD MAGBASA NG LIBRO ANG MGA PILIPINO?

MGA KUWENTONG BARBERO NI BOB ONG

VISUAL PRINT ENTERPRISES

Bakit Baliktad Magbasa Ng Libro Ang Mga Pilipino?
mga kuwentong barbero ni bob ong

Illustrations by Klaro Karmelo De Asis
k2da@lycos.com

Published by Visual Print Enterprises
6809 A. Santuico Street
Bgy. Pio del Pilar, Makati City 1230

Manufactured in the Philippines.
June 2002

9 789719 257400
ISBN 971-92574-0-7

The author's and the illustrator's proceeds will go to:
He Cares Foundation
Streetchildren Caring Center
4-A Road 9 cor. Road 1, Project 6, Quezon City
Tel. No: (632) 454-0985
http://clik.to/hecares

Para sa
Mga Pilipino
Ex-Pilipino
Half-Pilipino
Part-time Pilipino
At illegal aliens
na may pambili ng libro.

BAWAL BASAHIN ANG NAKASULAT DITO!

"WHAT'S THE PROBLEM???" ang tanong ng boss ko sa isang katrabaho. Kasama ako sa sasakyan na hindi makaalis-alis dahil sa red tape. Mukhang naghihintay pa ng pampadulas ang mga kinauukulan. Kuripot ang amo kong banyaga. Hindi nagbitiw kahit singkong duling. Makakalabas daw kami sa gate nang hindi nagbabayad ng kung anu-ano dahil yun daw ang legal. Ma-prinsipyo. Bilib ako.

"That's why the Philippines remain so poor!" sabi n'ya. Mainit, pagod kami, at medyo bwisit. Doon nag-umpisa ang bwisit na kwentuhan.

Na-culture shock daw s'ya sa Pilipinas pagtapak n'ya dito anim na taon na ang nakalipas. Laganap daw ang lagayan... at hindi sa pamamaraang patago. Hindi n'ya maintindihan kung bakit pumapatol daw tayong mga Pilipino sa ganito, gayong tayo rin ang nahihirapan. Kaya may mga nangongotong, dahil may nagpapakotong.

Tinahak namin ang Navotas papuntang pier. Akmang-akma ang lugar para lalo akong balahurain ng employer ko.

"Manila (Metro Manila) is one of the dirtiest cities in the world," sabi n'ya. Parang musika sa tenga ko ang sinabi n'ya. Muntik ko na nga s'yang ilaglag sa sasakyan. Pero mas malakas ang sipa ng katotohanan. Madumi nga yung lugar na 'yon. "And it stinks, too!" dagdag n'ya.

Maganda nga ang tanawin sa aming paglalakbay. Mga batang walang panty at nilalangaw ang mukha. Mga kalalakihang walang t-shirt at bagsak ang katawan sa droga. At mga kababaihang abalang-abala sa pagpapasuso sa sampung anak. Ayos din ang mga tenement. Sa malayo mukhang mga rectangular na smokey mountain. Sa malapit mukhang bangungot.

'Yan ang view sa kaliwa namin. Gusto ko sanang tukuran ang mukha ng boss ko para wag nang makalingat sa kanan kung saan mas maraming peklat ang Pilipinas, pero nakita n'ya pa rin: mga basura, bahay, at bata na hindi mo malaman kung ano ang alin dahil sa kapal ng itim na usok ng mga sasakyan. Marami s'yang komento, sinabi ko na lang, "Well, what do you expect from a third world country?" Talo na 'ko. Tama na ang yabang.

Pinag-usapan namin ang tungkol sa negosyo n'ya... na nauwi na naman sa gobyerno natin. Sandamukal daw ang mga buwaya, red tape, graft, at corruption dito. Tinanong ko kung baka dahil lang sa dayuhan s'ya kaya s'ya ginagatasan. Ang sagot n'ya: "No, Filipinos do it even to other Filipinos!" Kitang-kita ko ang pagbagsak ng bandera ng Pilipinas sa sinabi n'ya, naramdaman ko pa ang pagtama ng flag pole sa ulo ko!

Maiintindihan n'ya raw kung mahihirap ang magnanakaw. Pero sa bansa natin, mga mayayaman ang malilikot ang kamay... mga edukado, titulado, at nasa gobyerno. No, Filipinos do it even to other Filipinos... No, Filipinos do it even to other Filipinos... No, Filipinos do it even to other Filipinos... Patuloy ang pagtugtog nito sa isipan ko.

Ikinuwento n'ya rin ang ginawa sa kanya ng isa n'yang empleyadong Filipina. Pinagbalakan s'yang pikutin nito. Oo nga naman, instant fortune 'yon kung saka-sakali. Mahahango sa hirap ang pinay na 'yon at ang kanyang pamilya. Aba, andami na nating success stories na ganyan! Kahit ang dating leader ng bansa, ganyan ang konsepto ng pag-unlad.

Napag-usapan ang kultura, ang sex. Mababa rin ang tingin n'ya sa mga Filipina. Sabi ko e marriage before sex ang kultura sa Pilipinas. Umiling s'ya, Pinoy daw mismo ang nagsabi sa kanyang pakawala ang mga babae dito at mag-e-enjoy s'ya. Sabi ko, "Those are whores and the guy who told you that is a pervert." Professional at kakilala ko pa pala ang nagkwento sa kanya. Asshole.

Totoo ang mga kwento ng boss ko. Nakakangilo sa ngipin, pero totoo. At bagama't nakakapikon s'ya minsan e mabait at mabuti s'yang tao. Sa bayan nila, hinihikayat ang mga tao na umunlad. Dito raw sa atin, pag umuunlad ang tao, hinihila pababa. Nakakatakot mag-negosyo kasi yari ka sa mga "tauhan ng gobyerno". Pag nakitang namumunga ka, babatuhin ka nang babatuhin hanggang sa malaglag ang mga prutas mo. Walang pinagkaiba kung legal o ilegal ang negosyo mo, maglalagay at maglalagay ka rin sa mga kinauukulan. Bakit ka pa magli-legal???

Hindi na importante kung ano ang negosyo at bayan ng amo ko. Hindi na rin pinag-uusapan dito kung "racist" s'ya o mas maraming kapintasan ang bansa nila. Ang issue dito ay "tayo." Hindi ako naiinis sa mga sinabi n'ya. Naiinis ako dahil TOTOO ang mga sinabi n'ya.

Sa pag-uwi ko sa bahay naisip ko, bakit ang Hong Kong at Singapore, hindi naman gaanong nabiyayaan ng likas na yaman pero maunlad? Bakit ang mga Hapon, bobo mag-English pero mayaman? Sa Pilipinas kahit bawal magtinda sa sidewalk, may nagtitinda. Kahit bawal magtapon ng basura kung saan-saan, meron pa ring tapon nang tapon. Paano pa kaya uunlad ang bansa natin n'yan?

Disiplina lang kaya talaga ang problema sa tin? Sigurado akong kahit sa mga sandaling 'to, may isang Pilipino na bumabasa ng nakasulat dito kahit na sinabi nang bawal ito basahin. Tigas talaga ng ulo!

- The Philippine Post, 052800

"Gumising ka na at maghilamos, Pilipinas! Masarap ang almusal!"

Ako ang taong hindi nag-aalmusal. Pero almusal ang paborito kong kain sa buong araw. Kakaiba kasi ang ambiance na dulot ng konting hamog, dairy creme na natutunaw sa mainit na pandesal, umuusok na kape, puto't kutsinta, champorado, malapot na gatas, sinangag, tuyo, itlog na pula, sariwang dyaryo, inilalakong taho, at mga kapit-bahay na nagwawalis sa kalsada. Maaliwalas ang lahat, at parang laging may dalang pag-asa ang sumisikat na araw.

Almusal din ang gamot pag nahihilo na 'ko sa puyat at sa mabilis na ikot ng mundo. Minsan bigla na lang akong gumising ng madaling araw. Namakyaw ako ng pandesal sa malapit na bakery, bumili ng mumurahing spaghetti, nagtimpla ng isang pitsel na kape, at kumain na parang bibitayin nung araw ding 'yon. Solve!

Walang gaanong ibon na humuhuni sa Metro Manila pag umaga, pero merong mga bangaw na naka-park, mga 2-3 meters sa ere. Ewan ko kung ano ginagawa nila, pero tinatalon at binubugaw ko 'yon dati nung bata pa 'ko, habang naglalakad papuntang eskwelahan. Kelan lang e nakakita ulit ako ng ganoon, di ko napigilan ang sarili kong tumalon. Pinagtinginan tuloy ako ng mga taong kasabay ko sa daan.

Pag iniisip ko ang tipikal na umaga ng Pilipino, hindi pwedeng mawala sa kwento ang A.M. radio. Lagi kasi namin itong kasabay sa almusal dati. Araw-araw! Hindi na kailangan ang alarm clock, maagang nagbubukas ng radyo ang mga magulang ko. Pagdating ng alas-singko ng madaling araw, maririnig mo na si Rod Navarro kahit saan ka magpunta: sa kusina, sa kwarto, sa kubeta, sa kalsada. Nakabisado na naming magkakapatid ang mga patalastas ng United American Tiki-Tiki, Liwayway Gawgaw, Rufina Patis, at iba't-ibang tatak ng sardinas, fertilizer, pamatay kulisap, at kontra-bulate.

Lumaki ako sa panahon at lugar kung saan di pa gaanong talo ng telebisyon ang radyo. Masuwerte ako dahil natikman ko pa ang programa ng mga batikang komentarista at drama ng mga beteranong voice talents. Masarap alalahanin yung panahon na natatakot ka pa sa "Gabi ng Lagim" at naaliw sa mga "pelikulang para sa tenga" tulad nito:

"Huwag mo 'kong hawakan, Berting, nasasaktan ako! Magulo na ang buhok ko at pumapalag ako ngayon!"

"Magtapat ka, Lorena, habang lalong humihigpit ang hawak ko sa 'yo!"

"Tama na, Berting! May nakikita ako ngayong kutsilyo sa mesa, kukunin ko ito at bigla kong isasaksak sa 'yo... ayan, nakuha ko na... sinaksak na kita!"

"Aaah! Sinaksak mo ako sa tiyan, ito ngayo'y nagdurugo at mamamatay na 'ko... ayan, patay na 'ko!"

Sa tanghali ang kadalasang happy hour ng mga drama sa radyo, sa umaga ang mga maiinit na balita, at sa hapon ang jamming nila Victor Wood, Eva Eugenio, Matt Monroe, Florante, Imelda Papin, Tom Jones, Perry Como, at Anthony Castello. At kumalat man sa buong araw sila Tiya Dely, Ernie Baron, Totoy Talastas, Kuya Cesar, Noli de Castro, at Giovanni Calvo, naka-reserba naman ang madaling araw sa nag-iisang hari ng "Toning Water"-si Johnny Midnight. Nakakagaling daw ng sakit ang programa n'ya, sabi ng matatanda. Pero init lang ng ulo ang nararamdaman ko dati tuwing ginigising ako para lang uminom ng dinasalan na tubig na hindi na malamig! ...Sasabayan pa ng kantang "Bulaklak"!

Pero sa bahay lang kadalasan maririnig ang AM radio. Pag sumakay ka na ng jeep sa umaga papuntang trabaho o eskwelahan, malaki ang posibilidad na tape o FM radio na ang pinakikinggan ng driver. Wala akong interesanteng kwento tungkol sa FM, pero may kilala ako na dinig na dinig nang sermunan ng nanay n'ya habang nagre-request s'ya ng kanta on-air:

DJ: Yeah, what can I do for you?

Nonoy: Um... helow? Can I make a rekwes?

Nanay sa background: TINAMAAN KA NG @^#%$, NASA TELEPONO KA NA NAMAN! MAGBABABAD KA NA NAMANG %@^*& KA, ANG AGA-AGA! @*&^# KA TALAGA! IBABA MO NGA YANG @&!^$% KA!!!

"Inuulit po namin ang announcement ng DECS... suspendido po ang klase sa lahat ng antas-elementary, highschool, college-wala pong pasok!"

'Yan ang paborito kong balita sa radyo dati, higit sa pagbaba ng presyo ng mga bilihin o pagkakasundo ng mga nag-aaway na bansa. Suspension of classes sa umagang maulan at malamig-wala nang mas sasarap pa!

Pero anak ng pagong... 99% ng pagkakataon, may pasok! Obligado kang daanan lahat ang morning rituals sa bahay... at sa eskwelahan!

Lupang hinirang, perlas ng silanganan
Alab ng puso, sa dibdib mo'y buhay
Bayang magiliw, duyan ka ng magiting
Sa manlulupig, di ka pasisiil

Sa dagat at bundok, sa simoy at sa langit mong bughaw
May dilag ang tula at awit sa paglayang minamahal
Ang kislap ng watawat mo'y tagumpay na nagniningning
Ang bituin at araw n'ya kailan pa ma'y di magdidilim

Lupa ng araw ng luwalhati't pagsinta
Buhay ay langit sa piling mo
Aming ligaya na pag may nang-aapi
Ang mamatay ng dahil sa iyo.

Bayang Magiliw... este, "Lupang Hinirang", 'yan ang pambansang awit natin at ang pangalawang pinakasikat na kanta sa bansa, kasunod ng "Happy Birthday". Kinakanta 'yan nang nakapatong ang kanang kamay sa kaliwang dibdib. Unang bahagi ng ritual na kung tawagin ay flag ceremony.

Panatang makabayan, iniibig ko ang Pilipinas
Ito ang aking lupang sinilangan
Ito ang tahanan ng aking lahi
Ako'y kanyang kinukupkop at tinutulungan
Upang maging malakas, maligaya, at kapaki-pakinabang
Bilang ganti ay diringgin ko

Ang payo ng aking mga magulang
Susundin ko ang mga tuntunin ng aking paaralan
Tutuparin ko ang mga tungkulin
Ng isang mamamayang makabayan at masunurin sa batas
Paglilingkuran ko ang aking bayan nang walang pag-iimbot
At nang buong katapatan
Sisikapin kong maging isang tunay na Pilipino
Sa isip, sa salita, at sa gawa.

O kung gusto mo ng bagong version:

Iniibig ko ang Pilipinas,
Aking lupang sinilangan,
Tahanan ng aking lahi,
Kinukupkop ako at tinutulungan
Maging malakas, masipag at marangal.

Dahil mahal ko ang Pilipinas,
Diringgin ko ang payo ng aking magulang,
Susundin ko ang tuntunin ng paaralan,
Tutuparin ko ang tungkulin
Ng mamamayang makabayan:
Naglilingkod, nag-aaral, at nagdarasal
Ng buong katapatan.

Iaalay ko ang aking buhay, pangarap, pagsisikap sa bansang Pilipinas.

Wag mo nang hulaan ang tono, hindi 'yan kanta. 'Yan ang "Panatang Makabayan". Nakataas ang kanang kamay habang binibigkas 'yan. Para kang nagsasabi ng "Peksman!" (Siguro kung tatamaan ng kidlat ang mga Pilipinong hindi tumutupad d'yan, magmimistulang fireworks display na ang kalangitan ng Pilipinas sa dami ng kidlat!)

Ang bayan ko'y tanging ikaw
Pilipinas kong mahal
Ang puso ko at buhay man
Sa iyo'y ibibigay
Tungkulin ko'y gagampanan
Na lagi kang paglingkuran
Ang laya mo'y babantayan
Pilipinas kong hirang

"Pilipinas Kong Mahal" ang pamagat ng kantang 'yan, kasama sa "Flag Ceremony Unplugged" album nung elementary days, ikatlong bahagi ng seremonya. Minsan sinusundan pa 'yan ng warm up exercises sa saliw ng "Mag-Exercise Tayo Tuwing Umaga" ni Yoyoy Villame--'yan at ang Toning Water sa umaga, "upang ang katawan natin ay sumigla!"

Hindi ko alam kung bakit kailangan magkantahan bago mag-umpisa ang klase, o kung para saan ang araw-araw na patriotic jamming na 'to. Pero balita ko, pag nahuli ka raw ngayon sa kasong Jay Walking e ipapa-recite sa 'yo ng MMDA ang Bayang Magiliw... este, Lupang Hinirang, kung wala kang pang-multa. Hindi lang 'yan, kasali rin pala ang national anthem sa qualifying exam ng ilang government at private offices natin. Kaya kung di mo napansin ang dalawang pares ng salita na nagkabaliktad sa lyrics na nabasa mo dito, delikado ka!

Pagkagaling dati sa eskwelahan, libre na ang mga bata para maglaro buong araw. Hindi tulad ngayon, mas stressed out pa sila sa matatanda dahil sa mga naka-schedule na academic subjects review, piano lesson, computer tutorial, ballet class, basketball training, painting session, at marami pang iba.

Simple lang ang buhay noong araw. Simple lang ang konsepto ng mga bata sa salitang "paglilibang". Solb na sila sa traditional games.

Naaalala mo pa ba ang tumbang preso? E yung taguang bato, agawang panyo, takip silim, luksong lubid, hilahang lubid, chinese garter, jackstones, trumpo, saranggola, softball, sipa, siyatong, piko, at sungka? Lahat ng mga larong 'to e nangangailangan ng equipments o materials. Pero no problemo, mga mura lang 'to, at karamihan e bagay na pwede mong makita sa basurahan o bodega n'yo.

Meron ding mga mas matipid na alternatives, talagang wala nang gastos. Eto yung patintero, taguan pung, habulang daga, doctor kwak-kwak, open the basket, touch the color, luksong baka, luksong tinik, pitik bulag, jack en poy (na tinawag na ngayong bato-bato-pik), sawsaw-suka, at yung mataya-taya--isang uri ng larong habulan para sa mga batang gustong tumakbo nang tumakbo hanggang sa hikain sila.

Andyan din yung mga larong pwedeng tawaging Sugal For Kids, gaya ng goma, tex at jolens. Pero for formality lang ang mga rubber bands, play cards, at marbles na 'to. Ang totoo, hindi mo na kailangan bumili sa tindahan para maranasan ang thrill ng pustahan. Dahil pwede mong ilaban sa Kalog ang mga bagay na tulad ng balat ng sigarilyo, balat ng candy, at tansan ng mga bote ng beer, softdrinks, toyo, at patis. (Tip: magandang pamato ang mga tansan ng patis!)

Inabutan ko rin noon yung mga larong sadista tulad ng sumpak at sumpit. Masaya 'to, mga monggo ang bala mo. Magtatago ka, tapos titirahin mo lahat ang kalaro mo nang pa-traydor. Maraming na-barangay sa min dati dahil dito. Ang saya!!!

Hindi pa 'yan kumpleto. Syempre meron din tayong mga medyo weird na laro. Isa na dito ang larong hindi ko alam ang pangalan at hindi ko alam ngayon kung paano ko ide-describe. Para 'to sa mga batang lalake. Isang pinitpit at pinatalim na tansan ang ikinakabit sa tali na isinusuot naman sa mga hinlalaki ng magkabilang kamay. Paiikutin mo ang matalim na tansan na parang chain saw, tapos itatapat sa kalaban mong may hawak ding ganito. Panalo ka pag napatid mo yung tali nung kalaban. Talo ka pag tumalsik sa mukha mo yung blade at sumirit ang maraming dugo.

Kung mahilig ka sa mga brutal na kasiyahan, pwede mo ring pagtripan ang mga gagamba. Kailangan mo lang ng walis tingting o stick ng banana-Q at dalawang nagbubugbugang gagamba (disqualified ang gagambang-alikakabok at gagambang-talon). Kung gusto mo naman, pwede ring pagpustahan ang dalawang salagubang. Pagdikitin lang ang mga likod nila ng nginuyang bubble gum at ilapag sila sa sahig nang patagilid. Kung sino ang unang makatayo, yun ang panalo. Tiyak na mag-e-enjoy ang buong pamilya.

Samantala, kung may ant farm ang mga taga-ibang bansa, meron din tayo, original at mas masaya pa. Madalas ako dating mag-ipon ng ipis sa loob ng bote ng softdrinks, o kaya naman, mga millipede o garapata sa loob ng transparent na lalagyan ng film ng camera. Pag sawa na 'ko, binubuhusan ko lang ng alcohol ang mga alaga ko. Minsan iniihian ko para mas cool!

Isa pang paborito kong laro e yung bangaw na may sinulid. Humuli ka lang ng malaking bangaw (yung makintab ang pwet) at dahan-dahan na pisain ang tiyan nito. May lalabas na kulay puti sa pwetan nito (na hanggang ngayon e hindi ko alam kung ano). Dito mo itatali ang sinulid, at presto, meron ka nang kaibigang bangaw na pwede mong sundan kahit saan!

Sa mga kababaihan naman, hindi mawawala yung aral-aralan,

bahay-bahayan, luto-lutuan, at yung mga papel na manika. Eto yung mga larong makalat, dahil pagkatapos, asahan mong marami silang iiwanang mga durog na chichiria, mga ginupit na papel, at mga halamang hiniwa, tinadtad, at niluto sa "bahay" nila. At syempre pag may niluluto, may apoy. Madalas nagsasabay yung luto-lutuan at bahay-bahayan. Naluluto yung bahay. Kaya kaaway ng mga bumbero ang larong 'to.

Marami-rami na 'yan, pero kung wala ka pa ring naaalalang sinalihang laro dati, malamang e ikaw yung loner na tipo ng bata. Kuntento ka na sa pamamakyaw ng mga maaalat na chichiria sa katabi n'yong tindahan, o sa pag-arkila ng mga Funny Komiks. Ayos na rin sa 'yo yung pagpapaikot ng gulong sa kalsada, yun bang mga nakikita sa junk shops. O kaya naman e yung magnet, na ididikit mo sa kung saan-saan tapos masaya ka na. Andyan din yung pagpapaputok ng pinalobong plastic bag, yun bang transparent na plastic na pinaglagyan ng mga sibuyas na binili sa palengke. O kaya e yung pagligo sa malakas na ulan, kasama na d'yan yung karerahan ng bangkang papel sa kanal at yung paglulublob sa baha.

'Yan ang pinagkakaabalahan ng mga bata. At ang mga maririnig mo sa kalye, ganito:

May dumi sa ulo
Ikakasal sa Linggo
Inalis, inalis
Ikakasal sa Lunes

(Hindi ko alam kung ano ang sikreto ng kantang 'to, pero hindi 'to pumalpak kahit kelan. Pag kinantahan mo ng ganito ang bata, automatic na pilit nitong tatanggalin ang dumi sa ulo n'ya, kahit wala.)

Wala sa likod, wala sa harap
Pagbilang kong tatlo nakatago na kayo

Isa, dalawa...
(sisilip ang taya)
...Game?
(Sisigaw naman ang isang tanga: "*Game!*"--s'ya kadalasan ang laging unang nakikita.)

Hindi rin maaalis sa mga bata ang away at pikunan pag naglalaro. Normal lang sa kanila ang mapikon at hindi makatanggap ng pagkatalo. At dahil alam ng bata ang kahinaan ng kapwa n'ya bata, dito n'ya 'to tinitira.

Dalawang batang naglalaro ng pitik-bulag:

Bata 1: Haaa-haha, burot!
Bata 2: E, ano ngayon?
Bata 1: (kakanta) Nama-maga yung ka-may mo sa pi-tik!
Bata 2: (kakanta) Hin-di na-man ma-sakit! (sabay palo sa kalaban)
Bata 1: Aray ko! Ba't nakapalo ka? (gaganti nang mas malakas pang palo, sabay takbo)
Bata 2: (kakanta) Hin-di na-man ma-sakit! Hin-di na-man ma-sakit!
Bata 1: (kakanta) I-iyak na! I-iyak na!
Bata 2: (kakanta) Hin-di na-man ma-sakit! Hin-di na-man ma-sakit! (pipiliting ngumiti)
Bata 1: (kakanta nang mas malakas) I-IYAK NA! I-IYAK NA!
Bata 2: (kakanta pa rin) HIN-DI NA-MAN MA-SAKIT! (himihikbi na) HIN-DI NA-MAN MA-SAKIT!

(sabay ngawa!) HOOO-HOOHOO... KALA MO, SUSUMBONG KITA SA NANAY KO, (sisinok-sinok) HINDI KA NA MAKAKAPUNTA SA MIN, HOOO-HOOHOO (uubo-ubo pa...)

'Yan ang problema. Pag meron nang iyakan, d'yan na papasok ang matatanda. Tapos na ang kaligayahan. Umpisa na ang sermon. Walang katapusang paluan at pangaral. Gumagawa ng batas ang mga magulang para sa mga anak. Sari-saring kaparusahan ang ipinapataw sa pagdidisiplina. Kung anu-anong pananakot at pang-uuto ang sinasabi, tumino lang ang bata. Sino ba sa atin ang hindi tinuruang matakot sa "mamaw"? At sino ba sa atin ang hindi pinagbawalang bumili ng junk foods sa sari-sari store?

Pag bumili ka sa tindahan, ganito ang sasabihin sa'yo ng nanay mo:
"Lumabas ka na naman, di ba pinapatulog kita?!"
Pag sinabi mong natulog ka na, sasabihin n'ya:
"Saan ka na naman nakakuha ng pera?!"
Pag sinabi mong bigay ng tatay mo, sasabihin n'ya:
"Bakit hindi mo na lang inipon, ano ang binili mo?!"
Pag sinabi mong laruan, sasabihin n'ya:
"Laruan na naman, hindi naman nakakabusog 'yan!"
Pag sinabi mong chichiria, sasabihin n'ya:
"Chichiria na naman, wala ka namang makukuhang sustansya d'yan!"
Pag sinabi mong prutas, o masustansyang merienda, sasabihin n'ya:
"Lumabas ka pa, may pagkain naman sa kusina!"

Kitams? Wag ka nang humirit, wala kang lusot kay nanay. At kung hindi mo napapansin, marami pang mga gasgas na kasabihan ang pinagpapasa-pasahan ng lahi natin. Nandito ang ilan:

- Hindi gagaling ang sugat mo pag nasugatan ka nang Mahal na Araw dahil patay ang Diyos.

Takot na takot ako dito dati. Paano kung magkasugat ako sa paglalaro? Hindi na ba titigil ang pagdurugo? Lalabas ba dito ang mga kinain ko? Habang buhay na ba 'kong may sugat na gagamutin ng mahapding alcohol? Hindi na ba magtatagal ang buhay ko?

- Pag hinakbangan mo ang isang bata, hindi s'ya tatangkad.

Ganon din ang mangyayari pag ikaw naman ang hinakbangan. Kaya kailangan, ulitin o balikan ang hinakbangan para mawalan 'to ng bisa. (Hindi ko alam kung sinong praning ang nagpauso nito.)

- Pag naglaro ka sa gabi, makakatapak ka ng mga hindi nakikita.

Mga hindi nakikita, mga espiritu, o yung mga lamang lupa. Sabi kasi ng matatanda, pagdating daw ng alas sais ng gabi, oras na ito ng paglalaro naman ng mga espiritu. Kung hindi ka pa rin titigil, makakasabayan mo raw sila. At pag nasaktan mo sila kahit hindi sadya, pasensyahan na lang. Naniniwala ako dito kahit ngayon, lalo na sa madidilim na lugar. Madalas ako makatapak ng mga hindi nakikita tsaka mabahong bagay na gawa ng mga asong kalye.

- Mabubulok ang kamay mo pag nangupit ka ng pera.

May tindahan kami dati. Hindi na kailangan sabihing wala akong problema sa barya at chichiria. Hindi ko pinaniwalaan ang kasabihang ito dahil bago ko pa 'to narinig, siguro may isang taon na 'kong araw-araw nangungupit--at buong-buo pa rin ang kamay ko--may sampung daliri at sampung mahahaba at maduduming kuko. Buong-buo ang mga kamay ko, at kasing lusog ng mga kamay ng public officials ngayon!

- Pag lumipad ang lobo, napupunta 'to kay Jesus.

Ilang lobo rin ang napalipad ko dati sa "langit". Siguro pampalubag-loob ng mga matatanda kaya sinasabi na lang na napunta na kay Jesus yung lobo. Pero paano yung lobo ng mga batang hindi Kristiyano?

- Magkakaroon ka ng kuliti pag namboso ka o sumilip sa taong naliligo.

Hindi ko 'to ginawa, pero maraming beses na ako nagkaroon ng kuliti. At ang tuksuhan ng mga kalaro: Waaa, namboso!!! Hangang ngayon, nananatiling palaisipan para sa 'kin ang kuliti. Gusto kong i-research sa Internet pero hindi ko alam kung ano 'to sa English.

- Pag hindi ka natulog sa tanghali, mababansot ka.

Isa ito sa mga pinakamalaking misteryo ng kabataan. Bakit nga ba ayaw matulog ng mga bata sa tanghali? Parang napakahirap na trabaho sa kanila ang matulog. Alam ba nilang pag natuto silang umibig e hindi na sila makakatulog kahit gusto nila, at tutubuan sila ng malalaking tagyawat sa ilong? Na maraming matanda ang bumibili pa ng gamot para lang makatulog? Na yung iba e lumalagpas sa bababaan nila dahil nakakatulog sila sa bus o jeep? Na marami ang nasesermonan sa trabaho dahil nagnanakaw ng tulog? Na yung iba e namamatay pa dahil naiipit ng mga makinarya o nalalaglag sa mga matataas na construction sites dahil mga inaantok sila habang nagtatrabaho?

- Pag nagmura ka, mabubulok ang bibig mo.

So far wala pang documented case nito. Madalas mabulok ang ngipin ko dati, pero bibig, hindi. Hindi naman ako palamura, pero nung sinubukan ko, walang nangyari. Parang yung kaso rin ng mga kamay na nangungupit.

- Pag lumabas ka ng bahay, huhulihin ka nang mamang may sako, ki-kidnapin ka tapos yung dugo mo gagawing pampatigas ng mga ginagawang tulay.

Ito ang mga hardcore na panakot nung araw. Hihimatayin ang mga child psychologists ngayon pag narinig ito. Matindi ang impact nito sa 'kin dati. Kaya hanggang ngayon takot akong lumabas ng bahay. Lalo na pag sumisigaw yung kolektor ng ilaw.

- Pag hindi ka nagpakabait, hindi ka bibigyan ni Santa Claus ng regalo sa Pasko.

Isa sa mga kalokohang maaga kong nabuko. Dati pa nagtataka na 'ko kung bakit laging pareho yung mga bigay ni Santa Claus at yung pinamili ng nanay ko. Hanggang sa isang bisperas ng Pasko, nagising ako sa kagat ng lamok, bumaba ako ng hagdan nang marinig kong may mga gising pang tao sa ibaba... hayun, caught in act! Si Santa Claus na matabang mamang nakapula, nahuli kong naka-daster... nanay ko pala! Kaya pala nagtataka ako kung bakit kahit na December 24 lang ako bumait, may regalo pa rin. Pusong mamon pala si Santa Claus. Magaling pa magluto.

Masarap isipin ang mga nagdaang panahon, lalo na kung naabutan mo pang 75¢ lang ang softdrinks, kagaya ng pamasahe sa jeep. At kung naabutan mo nga, malamang isa ka sa mga tinatawag na Martial Law Babies. Ipinanganak ka sa panahon kung kailan "in" sa bansa ang mga Jologs. Sabi sa isang forwarded email na umiikot sa Internet: "50 Ways To Know Whether You're A Martial Law Baby Or Not:"

1. You first saw Herbert Bautista in Kaluskos Musmos and you wondered why Dranreb could not pronounce the letter "R".

2. Ang major car accessory ay ang musical backup horn.

3. Dig-man ang pinaka-sikat na halo-halo.

4. Bumibili ka ng Vick's candy-triangular in shape; regular and kalamansi flavors. Ang mga candy/bubble gum na bilog na iba't-ibang kulay ay lima-sinko. Yung puro pula na bubble gum ay Cherry Balls.

5. Nakakabili ka ng Greenwich Pizza na kalahati lang, at aliw na aliw ka sa vendo machines na nagdi-dispense ng softdrinks sa cup.

6. Nagpalit ng theme song ang John en Marsha to the tune of Michael Jackson's "Don't Stop Till You Get Enough." Nagkaroon na sila ng aircon sa barong-barong na bahay pero front cover lang pala.

7. Baduy na baduy ka sa opening ng TODAS (Television's Outrageously Delightful All-star Show) on Channel 13 with Val Sotto, Spanky Rigor, and Freida Fonda.

8. Si Bibeth, Mang Tem-I, Miss Tapia, Mary, at si Tonette Macho ang kasama ng TVJ sa Iskul Bukol.

Kumpleto pa ang ngipin ni Richie D'Horsie.

9. Nakikipag-debate ka kung sino ang mas magaling: si Officer John Baker o si Officer Frank Puncherelo ng CHIPS.

10. Inaabangan mo kung anong gagawin ng A-Team para makatakas at makabawi sa kalaban nila.

11. Bagong labas lang ang bakya na rubberized (Happy Feet brand). Malambot, dahil hindi na kahoy.

12. Uso ang Espadrille na sapatos, Crayon shoes, at Grosby rubbershoes. Bagong labas ang top sider na sapatos, Sperry at Docksides pa lang ang tatak na U.S.

13. Wayferer (orig o fake) ang shades mo-feeling Don Johnson, Remington Steel, o Madonna.

14. Ang Walkman ay halos kalahati ng laki ng AM radio. Malalaki rin ang cassette/radio player, mga galing Saudi. Ang pinapatugtog mo ay mga tapes na pirata na may lyric sheet pero mali-mali ang lyrics.

15. Kapag 25¢ ang ibinigay mo sa mga nangagaroling na bata eh hindi ka kakantahan ng "Thank you, thank you, ang babarat ninyo, thank you."

16. Cloverleaf ang usong term at hindi flyover.

17. Singko lang ang isang fishball. Wala pang squid ball o kikiam.

18. Magaling ka sa Math kasi mayroon kang matabang ballpen na may built-in multiplication table na iniikot, at ballpen na napakaraming option sa kulay ng tinta, karamihan naman ay hindi makita o tuyo na.

19. Uso ang Texas bubble gum na kahit anong gawin mo ay hindi maaalis sa buhok mo pag nadikit.

20. Sikat ang Gusto Root Beer, Sunta & Mirinda Orange, RC Cola, and Sarsi with egg (with Danny Vanni-masarap na, masustansiya pa!)

21. Pinapanood mo ang patalastas ng Caronia Nail Polish with the 4 pa-sexy girls sa TV.

22. Inaabangan mo tuwing Linggo ang music videos on VH1 or Video Hit Parade (wala pang MTV sa Pinas) before noon, followed by Spin-A-Win at lunch time (Jean Young), and Lovingly Yours (Helen Vela-Channel 7). Then Happy Days, Electrawoman, and Dyna Girl (Channel 9) in the early afternoon; and Superstar (Nora Aunor and German Moreno-Channel 9) at dinner time. Then capping it all off with Marvelous Golden Movies (MGM).

23. Inaabangan mo sa TV ang Lotlot, Lotlot and Monching, Lotlot and Friends, That's Entertainment, at That's Entertainment Saturday Edition.

24. Paborito mo ang Uncle Bob's Lucky 7 Club show sa Channel 7.

25. You had a 2-Peso bill (blue color) in your wallet. Puro ganoon pa ang binibigay ng lolo/lola tuwing Pasko.

26. Ang piso na dirty ice cream ay yung matamis na apa na ang ginagamit at maraming scoops, minsan may chocolate dip pa.

27. Bring your own baso sa iskrambol, hindi pa rin uso ang powdered milk at chocolate syrup.

28. Ang standard greeting ay "Give me five!" na nag-evolve into "Appear!".

29. Biggest name in ice cream ay Magnolia kaya inaabangan mo ang susunod na Flavor of the Month. Papel lang ang balot ng mga frozen delights, hindi pa foil, except yung Vanilla Ice Cream Wafer Sandwich nila. May sundae sila na tinatanggal ang top cover at nilalagay sa ilalim para maging base.

30. Ang Christmas package na inuuwi ng magulang mo ay may kasamang malaking keso de bola at hilaw na Chinese ham (buong leg na nakabalot ng Craft at plastic na net na kulay pula).

31. Naabutan mo ang Love Bus (the only aircon public bus), JD (red and black), MCL (Blue and Yellow), DM (white and blue) bus lines. Pati na rin yung bus sa Quiapo na walang pinto pero open yung isang side. Dito raw natutong mag-stuntman si Lito Lapid.

32. Pumupunta ka sa music store para tumingin ng LPs, 45, at Jingle magazine o Songhits. Pwede mo lang pakinggan ang plaka kung bibilhin mo na talaga.

33. Ang bakla lang sa showbiz ay si Georgie Quizon (utol ni Dolphy)and Sandy Garcia (mestisohin na may

bigote, kulot ang buhok, at balbunin).

34. Nagkakabuhol-buhol ang cord ng remote control ng Betamax niyo dahil buong araw ka nanonood. Break mo lang ay para kumain, mag-CR, at para lumamig uli ang Betamax unit. Madali pang dumumi ang head kasi hindi pa uso ang rewinder. Kung mayroon man kayo eh one way lang siya-rewinding lang, wala pang option na forward.

35. Ang pinakamabentang poster ay kay Shaun Cassidy, Leif Garret, Bruce Lee, Scott Baio, Farrah Faucet, Phoebe Cates, at Bo Derek (kuha sa movie na 10). Kung sosyal ka, showbiz magazine mo ay Tiger Beat. Kung baduy ka eh Jingle Extra Hot.

36. Pinapanood mo at pinakikinggan ang Menudo with Robbie Rosa as the most sikat of all members. Nakyu-kyutan ka lang kay Ricky Martin kasi siya ang pinakamaliit.

37. Royco Chicken Noodle Alphabet Soup ang kinakain mo pag nilalagnat ka, tapos hahaluan mo pa ng dinurog na Skyflakes.

38. Kilala mo ang tawa ni Bert "Tawa" Marcelo-P50 daw ang talent fee niya bawat tawa.

39. You shut off your TV and watch the white spot in the middle of the screen slowly disappear.

40. Pagandahan ng metal lunchboxes (various cartoon or movie themes), matching Aladdin or Thermos brand (na madaling mabasag ang loob).

41. Sumasakay ka sa jeepney na puro kabayo ang hood, tadtad ng mahahabang antenna, at halos natakpan na ang windshield ng 8-track tapes.

42. You enjoy watching the music video of the We Are The World version of the Philippine National Anthem.

43. You watch movies at Cinerama sa kanto ng Recto and Quezon Blvd. (Isetann na ngayon), Delta and Circle theater sa Timog Ave. and Quezon Ave., Rizal Theater sa Makati (Shangri-La Hotel na ngayon), and Magallanes Theater (giniba na).

44. Iniinom mo ang Mango Brutus nang madalian sabay sakit ang ulo dahil sa sobrang lamig-brain freeze.

45. Bumibili ka ng Cattleya notebooks, Funny Friends scented ballpens, and other school supplies at Alemar's and Gibson's bookstores.

46. Lahat ng PBA at Holiday on Ice ay ginaganap sa Araneta Coliseum. Hindi pa uso ang "ending".

47. Lahat ng waiter sa Shakey's Pizza Parlor ay may suot na styropore na sumbrero (yellow, with red strip of paper where "Shakey's" is printed). May mini version din sila para sa dulo ng antenna ng radyo o TV. Panonoorin mo pa kung paano ginagawa ang pizza sa viewing window nila.

48. You are home by 12 midnight dahil may curfew, kasi nga Martial Law.

49. Sa Quiapo at Binondo pa pupunta para makabili ng

talagang masarap na hopia. Tapos shopping ka na sa Good Earth Emporium sa Sta. Cruz (Uniwide na ngayon) and be amazed by their candy selection on trays in a conveyor-belt type of machine.

50. Naabutan mo ang Maalikaya when it first opened. When it was first raided and closed. When it was re-opened. When it was re-raided and closed. When it was opened again. When it was raided and closed again. When they opened it again. When they raided and closed it again. When...

Hindi mo alam kung ano ang jologs? May mga nagsasabing jologs ka raw kung mas gusto mo ang Hiwaga Komiks, Luneta, at Renz Verano, kesa sa Harry Potter, Starbucks, at Brian McKnight. Sabi naman sa Cybertambayan.com, jologs ka rin kung naki-uso ka, o naging pamilyar, sa kung ano man ang "in" sa isang partikular na panahon. Malabo pa rin? Eto ang isang quiz para malaman ang Jologs Quotient mo:

HOW JOLOG ARE YOU?
(by Eri Dungco & Cybertambayan team)

1. Ano ang title ng sitcom ni Lito Pimentel kung saan lumabas na tatay niya si Balut? (1 pt.)
2. Sino ang ka-loveteam niya dito? (1 pt.)
3. Ano ang pangalan ng lola sa Flor de Luna? (1 pt.)
4. Ano ang pangalan ng katulong sa Flor de Luna? (1 pt.)

Ano'ng apelyido nila Flor at Rene Boy? (1 pt.) Sinong gumanap na yumaong ina ni Flor de Luna? (1 pt.)

5. Ano ang pamagat ng sitcom na pinapalabas bago ang mga robot cartoons sa Channel 7? Sinong bida dito? (2 pts.)
6. Sinong gumanap sa Kulit Bulilit na lumabas din sa pelikulang Macho Dancer? (1 pt.)
7. Ano'ng pamagat ng soap opera kung saan lumabas ang mga tauhan na sina Carding, Luisa, at Peping? (1 pt.) Sinu-sinong mga artista ang gumanap sa kanila? (3 pts.)
8. Ano ang pamagat ng pelikula kung saan lumabas si Rio Locsin bilang isang daga? (1 pt.)
9. Sinu-sino ang mga softdrink beauties? (3 pts.)
10. Sinong artista ang pumukpok ng microphone kay Dr. Rey de la Cruz sa TV show na See True? (1 pt.) Sino ang anak niya? (1 pt.) Ano ang children's show na nilabasan niya? (1 pt.)
11. Saang sitcom unang lumabas si Miss Tapia ng Iskul Bukol? (1 pt.) Ano ang totoong pangalan ni Mang Temi? (1 pt.) Ano'ng buong pangalan ni Vic? (1 pt.) Sinong gumanap na ama ng Escalera Brothers? (1 pt.)
12. Sino ang mga bida sa Bagets? (5 pts.)
13. Sinu-sino ang cast ng Champoy? (6 pts.)
14. Saang sitcom unang tinawag na Bistek si Herbert Bautista? (1 pt.)
15. Ano ang title ng sitcom ni Apeng Daldal? (1 pt.) Ano'ng pangalan ng gitarista niya dito? (1 pt.)
16. Ano ang pangalan ng mga anak nila John and Marsha? (3 pts.)
17. Ano ang pangalan ng asawa ni Rolly sa John and Marsha? (1 pt.)
18. Sino ang ka-loveteam ni Nikki Martel? (1 pt.)
19. Ano ang pelikula nina Aga Muhlach at Herbert

Bautista after Bagets? (hindi Bagets 2, ha.) (1 pt.)

20. Saang TV show laging pinapatugtog ang "It's my turn to see what I can see" sa closing credits? (1 pt.)
21. Ano ang pangalan ni Freddie Webb sa Chicks to Chicks? (1 pt.)
22. Sino ang cast ng Triple Treat? (3 pts.)
23. Ano ang title ng movie ni Kuya Germs at ano ang theme song dito? (2 pts.)
24. Ano ang unang TV series ni Judy Ann Santos? (1 pt.)
25. Ano ang unang variety show ni Lea Salonga? (1 pt.)
26. Ano'ng title ng sitcom nina Ading Fernando, Lilian Laing, Janice Jurado at Soxy Topacio? (1 pt.) Ano ang pangalan ni Janice Jurado dito? (1 pt.)
27. Ano'ng pangalan ng foreign actor na katambal ni Maricel Soriano sa Ang Boyfriend Kong Kano? Mayroon din siyang commercial (Sarsi with egg). (1 pt.)
28. Sino ang ka-partner ni Rey "PJ" Abellana sa Anna Liza? (1 pt.)
29. Ano ang title ng TV show nila Agot Isidro, William Martinez, at Strawberry? (1 pt.)
30. Sino ang ka-love triangle nila Sheryl Cruz at Romnick Sarmenta? (3 pts.)

ANSWERS (and more useless jologs trivia):

1. Manok ni San Pedro (1 pt.) Tony Carreon played the role of San Pedro.
2. Kristine Garcia (not Nadia Montenegro. 1 pt.)
3. Doña Agueda (1 pt.). Evil mother of evil stepmother Tita Jo (played by Laurice Guillen), and evil grandmother of evil stepsister Wilma (who later dies after making amends to poor Flor). Janice de Belen wore a UPIS high school uniform during later episodes, causing several Flor de Luna groupies to gather outside the UPIS grounds, hoping to catch a glimpse of Flor.
4. Soling (1 pt.), Alicante (1 pt., tatay nila si Colonel Leo Alicante, played by the late Dindo Fernando), Emma Yuhico (1 pt.). JC

Bonnin appeared as Flor's teen-age love interest, Monty Carlo (chuvachoochoo!). Monty got into trouble once with his video (betamax?) business, according to some avid Flor de Luna jologs.

5. Prinsipe Abante (1 pt.), starring Bert "Tawa" Marcelo in a Prince Valiant wig. Kapatid niya si Prinsipe Atras (figures). (1 pt.)
6. Timmy Diwa (1 pt.). Kulit Bulilit was a project of Kabataang Barangay Chairperson Imee Marcos, who regularly appeared on the show. The theme song? "They are whatchamacallit, kulit bulilit!"
7. Gulong ng Palad (1 pt.). Ronald Corveau, Marianne de la Riva, and Romnick Sarmenta (3 pts.).
8. Kambal sa Uma. (1 pt.). Very weird movie, right up there with Zuma and Ang Tuko sa Madre Cacao (starring Vic Diaz, extra point for every time you saw it on Channel 9).
9. Coca Nicolas, Sarsi Emmanuel, and Pepsi Paloma (3 pts.). Then of course, there were the Liquor Beauties and the Boulevard Beauties...
10. Divina Valencia (1 pt., thank you, jologs King). Dranreb (1 pt.), Kaluskos Musmos (1 pt., also starring a very young Maricel Soriano). The less successful but equally entertaining spin-off/ sequel to this popular kiddie series was Kuskos Balungos.
11. Baltic & Co. (1 pt.); Artemis (1 pt.); Victorio Ungasis (1 pt., "Bunsoooooy!"); Rod Navarro (1 pt.).
12. Aga Muhlach, J.C. Bonnin, Raymond Lauchengco, William Martinez, Herbert Bautista (5 pts.). But of course you knew that.
13. Noel Trinidad, Subas Herrero, Tessie Tomas, Gary Lising, Maya (later known as Mitch) Valdez and Cherie Gil (6pts.)
14. 2+2 (1 pt.)
15. Cafeteria Aroma (1 pt.) Miñong (1 pt.)
16. Rolly, Shirley at Atong (3 pts.)
17. Madel (1 pt.)
18. Tina Godinez (1 pt.)
19. Campus Beat (1 pt.).
20. Coney Reyes on Camera (1 pt.)
21. Jimmy (1 pt.)
22. Randy Santiago, Keno, and Gino Padilla (3 pts.).
23. Payaso; Send in the Clowns (2 pts.)
24. Ula (1 pt.)
25. Love, Lea (1 pt.) on Channel 4, co-starring, if we remember correctly, Ariel Ureta and Gerard Salonga.
26. Duplex (1 pt.); Liweng (1 pt.).
27. Danny Vanni (1 pt.). And if you remember him, the name Tom

Babauta should likewise be familiar.

28. Leni Santos (1 pt.)
29. Mana-Mana (1 pt.)
30. Joed Serrano (3 pts.) Bonus: sobrang jologs if you know this

SCORING:

55+ Lord of the Jologs
40+ Proud Jologs
25+ Standard Jologs
10+ Lowly Jologs
9 below Ayaw Umamin na Jologs

(Note: Para lang sa mga Martial Law Babies o mas matanda pa ang quiz. Alam na ng mga "Generation Y" ang Jologs Quotient nila.)

Conyo naman ang kabaligtaran ng mga jologs. Eto yung mga kabataang may sinabi sa buhay, di nagsusuot ng mga damit na peke, di nanonood ng mga pelikulang Tagalog, at di alam kung ano ang "Champoy". Sinasabing sila, ang mga conyo, ang nagpauso ng salitang "jologs", para tukuyin ang mga taong laging nakiki-"in"... pero out pa rin! Ngayon, kung saan naman nanggaling ang salitang conyo at kung bakit ganito ang tawag sa kanila, hindi ko na alam.

Napakabilis ng wikang Pilipino mamunga ng mga bagong salita, dahil na rin siguro sa likas nating pagkamalikhain. Isipin mo na lang, meron pala tayong mga natatagong Filipino scientific terms, hindi natin alam. Eto, subukan mong tagalugin ang mga sumusunod:

1. Effective
2. Handicraft
3. Multiplication
4. Bone
5. Seed
6. Radiation
7. Soil
8. Land
9. Oxidation
10. Chemical reduction
11. Nimbus cloud
12. High tide
13. Fog
14. Cloud
15. Electricity
16. Electromagnet
17. Electroflow
18. Electric field

Hirap, 'no?

Siguro hindi mo pa nabalitaan yung tungkol sa librong "Pangkabataang Ensayklopediya sa Agham at Teknolohiya". Tinutukoy dito na ang salitang "effective" ay hindi na kailangang tukuyin bilang "epektibo." Sa wika natin, ang "effective" ay "mabisa."

Ganon din, ang "handicraft" e hindi "handikrap" kundi "gawang-kamay;" ang "multiplication" ay hindi "multiplikasyon," kundi "pagpaparami."

Para naman sa mga salitang Tagalog na may dalawang kahulugan tulad ng buto, ginamit na ng mga mananaliksik ang mga dialect natin bilang standard terms. Halimbawa, ang salitang "bone" ay nangangahulugang "buto," at ang "seed," sa halip na buto rin, e tinatawag na ngayong "liso," na hango sa salitang Visaya na nangangahulugang buto ng halaman. At para hindi nakakalito, ang "dalin" naman ng Pangasinan ay ang Pilipino ngayon ng "soil," kung ang pinag-uusapan e "land," gagamitin natin ang "lupa."

Hiniram din natin ang salitang "dagulan" sa mga Kapampangan para tukuyin ang "oxidation," at ang kabaligtaran nitong "latian" upang mangahulugan ng "chemical reduction." Siyempre, alam nating ang Tagalog ng "cloud" e "ulap," pero alam n'yo bang ang "fog" e "ulop"? Ala eh, salamat sa mga Batangeño! Hindi pa 'yan tapos!

Ipinahiram din ng Batangas ang "taog" para sa "high tide." Samantala, dapat din tayong magpasalamat sa salitang "dagim" ng Laguna na nangangahulugang "nimbus cloud," at sa salitang "raniag" ng mga Ilocano para tukuyin ang "radiation."

Oo, tinatawag na nating "kuryente" ang "electricity," pero ayon sa mga mananaliksik, ang totoong Tagalog nito ay "dagitab." Ang unang pantig nitong "dag-" ay ginagamit para tukuyin ang ano mang bagay na may kinalaman sa electricity. Bale ang "dagbalani" ay nangangahulugang "electromagnet," ang "dagdaloy" ay "electric flow," at ang "daglarangan" ay "electric field." Kaya lang, bago mo gamitin ang mga salitang 'to, siguraduhing alam ng mga kasambahay mo kung ano ang ibig sabihin ng dagitab. Para alam nila ang gagawin pag sumigaw ka ng, "Saklolo! Na-dagitab akoooo!!!"

Nang imbitahan ako dati ng kaibigan na sumulat sa dyaryo, walang problema. Pero nang pasulatin n'ya ko para sa isa pang dyaryo, nagkaroon ng temporary restraining order. Bob Ong,

English lang muna... dehins daw pwede Logtaga. ...Huh???

Nanibago ako dati nang una kong mapanood (marinig?) sa TV ang mga "tagalized" cartoons, mga tinagalog na animated TV programs. Sinundan ito ng mga tagalized Spanish telenovelas. At sinundan pa ulit ng mga tagalized music videos ni Michael V.

Sa sinasakyan kong jeep dati, may sumakay na dalawang kolehiyalang sarap na sarap sa kwentuhan:

"Yeah, so hirap talaga. So nakakabanas."
"Pa-borrow na lang your notebook"
"Basta you make soli, ha?"
"Oo, me pa, know mo naman ako."

Gusto kong isiping ginu-goodtime lang ako ng isang practical joke sa TV, kaso isang oras yung biyahe namin, at buong biyahe ganoon ang salita nila. Fluent na fluent sila mag-Taglish, parang sinapian ng espiritu ni Kris Aquino.

Filipino, Pilipino, o Tagalog? Alin ang tumutukoy sa tao at alin ang sa wika? Kung pagbabasihan ang mga dyaryo, magazine, at libro, iba-iba rin ang sinasabi. Paano nga naman ba magkakasundo sa prinsipyo ang mga Pilipino kung hindi sila nagkakaintindihan kahit sa salita? Sa lenggwahe pa lang, naggi-giyera na tayo. Sabi ng iba, kailangan daw ang pambansang wika para sa "true nationalism" ng mga Pilipino. Tanong naman ni dating Governor Osmeña: "Sino ba ang mga Pilipino?" Hindi naman daw patas kung pipiliting mag-Tagalog ang mga hindi taga-katagalugan. At sa buong arkipelago, ilan lang daw ba ang mga Tagalog?

Kontra naman sa sinabi ni Gov. Osmeña, binanggit dati ni Sen. Ople sa column n'ya sa dyaryo na sa dating ginawang survey ng Ateneo de Manila University, 98% na raw ng mga Pilipino ang kayang umintindi ng Tagalog, samantalang 51% lang ang nakakaintindi ng English. Nabanggit din na medyo tagalized na rin ang ilang lugar sa Saudi Arabia, Qatar, Abu Dhabi, at Dubai dahil sa mga Pilipino. Kasama ang English at Arabic, ginagamit na rin sa tindahan ng mga nasabing bansa ang Tagalog para akitin ang mga mamimiling Juan dela Cruz. May census din na nagsasabing pangwalong wika naman daw sa Amerika ang Tagalog, talo pa nito ang French (Merci!), German (Achtung!), Italian (Mama Mia!), at Japanese (Yen?).

Mahirap resulbahin ang isyu tungkol sa pambansang wika. Pero para sa kin, kawalan mo rin kung hindi mo pag-aaralan ang dalawa. Kailangan mong matuto mag-Tagalog para makausap ang mas nakararaming Pilipino, kailangan mong matuto mag-English para makausap ang iba't-ibang tao sa labas ng bansa... at para na rin maintindihan mo ang programang Baywatch!

Pero wag kang magkakamaling makipag-usap nang English sa mga misyonaryong Mormon na nakikita mong umaangkas sa mga jeep... magugulat ka pag narinig mo kung gaano sila katatas magsalita ng Pilipino. (Pero sandali, sa Amerika raw marami ring Pinoy ang mas Amerikano pa kesa sa mga puti. Quits lang pala!)

Ang kabuhayang hindi ginugugol sa isang dakila at banal na kadahilanan ay kahoy na walang lilim, kung di man damong makamandag.

Ang gawang magaling na nagbubuhat sa pagpipita sa sarili, at hindi sa talagang nasang gawin ang kagalingan, ay di kabaitan.

Ang tunay na kabanalan ay ang pagkakawanggawa, ang pag-ibig sa kapwa, at ang isukat ang bawat kilos, gawa't pangungusap sa talagang katwiran.

Maitim man at maputi ang kulay ng balat, lahat ng tao'y magkakapantay; mangyayaring ang siya'y higtan sa dunong, sa yaman, sa ganda, ngunit di mahihigtan sa pagkatao.

Dangal at hindi ang pagnanasang makasarili ang inuuna ng may dakilang kalooban; pagnanasang makasarili at hindi dangal ang inuuna ng may hamak na puso.

Sa taong may hiya, ang salita'y panunumpa.

Huwag mong sayangin ang panahon, ang yamang nawalay mangyayaring magbalik ngunit ang panahong nagdaan na'y di na magbabalik.

Ang mga taong matalino ay may pag-iingat sa bawat sabihin, at marunong maglihim ng dapat ipaglihim.

Sa daang matinik ng kabuhayan, lalaki ang siyang patnugot ng asawa't mga anak; kung ang umaakay ay tungo sa kasamaan, ang patutunguhan ng inaakay ay kasamaan din.

Ang babae ay huwag mong ituturing na isang bagay na libangan lamang kundi isang katulong at karamay sa mga kahirapan nitong kabuhayan; gamitin mo nang buong pagpipitagan ang kanyang kahinaan, at alalahanin ang inang pinagbuhata't nag-iwi sa iyong kasanggulan.

Ang di mo ibig gawin sa asawa mo, anak at kapatid, ay huwag mong gagawin sa asawa, anak at kapatid ng iba.

Walang kinalaman si Washington, Gandhi, o Spartacus dito. Ang nabasa mo ay ang Kartilya, isang primer na sinulat ni Emilio Jacinto na naglalaman ng mga aral na gagabay sa mga miyembro ng Katipunan. Sumulat din ng ganito si Andres Bonifacio, pero tinanggap n'ya ang gawa ni Jacinto nung nakita n'yang mas ayos ito.

History 101

Ang Katipunan ay ang fraternity ni master Andres na naglalayong mapalaya ang Pilipinas sa kamay ng Espanya. Para makasali ka sa Kataastaasan Kagalang-galangang Katipunan ng mga Anak ng Bayan (Katipunan, for short), ang kailangan mo lang ay mag-recruit ka rin ng dalawa pang miyembro na hindi magkakilala (parang networking), tapos magbabayad ka ng entrance fee (parang disco) na isang real fuerte (25 cents) at monthly due na medio real (12 cents). May initiation din, pero sa palagay ko walang pina-paddle at namamatay sa bugbog. At palagay ko rin, hindi ka na dito pipila ng pagkahaba-haba at pagkatagal-tagal gaya ng sa mga government offices natin na puno ng red tape!

Itinatag ang Katipunan sa mismong gabi ng pagkakatapon kay Rizal sa Dapitan. Naisip yata ni Bonifacio na kailangang rumesbak. Pero low profile 'tong si Ka Andres, dahil kahit alam n'yang s'ya ang bida sa pelikula, hindi s'ya ang naging presidente ng samahan, ipinaubaya n'ya muna ito kina Deodato Arellano at Roman Basa, tsaka lang s'ya namuno nung hindi s'ya nakuntento sa dalawa pagkaraan ng ilang taong paninilbihan. (Kung mabubuhay si Bonifacio ngayon, tiyak, mamamatay din s'ya sa kunsumisyon dahil sa klase ng mga pamunuan natin. Pero balik muna tayo sa kwento...)

Siyempre pa, pag ganito ka-"cool" ang barkada, meron kayong protocols at mga secret codes. Pero higit sa apat na beses yata nagpalit ng codes sila Boni dati dahil magaling mag decipher ang mga Kastila. (Hackers?)

Sa Tondo ipinanganak si Bonifacio. Erpat n'ya si Santiago Bonifacio at ermat si Catalina de Castro na s'ya namang ina ni Noli de Castro. (Biro lang!) Kapatid n'ya sila Ciriaco, Procopio, Espiridiona, Troadio at Maxima. (Tunog mga herbal medicine, pero pangalan 'yan ng mga totoong tao noon.)

Mahirap lang sila Andres, pero masipag s'ya. At hindi man pinalad na magkaroon ng magandang edukasyon, lumaki naman s'yang may alam dahil mahilig magbasa. Ilan sa mga paborito n'yang libro ay ang Les Miserables ni Victor Hugo, The Wondering Jew ni Eugene Sue, ABNKKBSNPLAko?! ni Bob Ong (biro lang ulit!), Ruins Of Palmyra, ang International Law, ang Penal and Civil codes, ang dalawang nobela ni Rizal, mangilan-ngilan pang nobela, iisang aklat tungkol sa French Revolution, at ang The Lives Of The Presidents Of The United States (wala pa noon si Clinton, kaya malamang e wala pang Kama Sutra for Dummies).

Sa edad ng mga kabataan ngayon na walang ginawa kundi mag-Counter Strike, si Andres e nagtatrabaho bilang isang clerk-messenger. At ito ay nang grumadweyt na s'ya sa pagtitinda ng mga papel na pamaypay. Walastik, ang sipag! Naging inspirasyon n'ya ang pag-ibig nina Monica, at Gregoria de Jesus... pero magkasunod 'yan, hindi sabay, dahil hindi naman s'ya kasing playboy ni Ka Jose.

Pero kung bakit si Rizal at hindi si Bonifacio ang pambansang bayani natin, at kung ano ang totoong kinalaman ni Aguinaldo sa kwento ni Bonifacio, ay mahabang kwento at ibang usapan na. Ang importante sa ngayon ay nagkaroon ka ng crash course sa nationalism at nalaman mo kung bakit walang pasok pag November 30.

Sa buhay ko'y labis
Ang hirap at pasakit
Ng pusong umiibig
Mandi'y wala nang langit

Nanonood ako ng TV isang gabi. Maganda yung palabas: English, comedy na romance na spy/detective. TV movie lang, hindi gaanong sikat ang mga bida, pero maganda ang istorya tungkol sa isang swindler. Kwela.

Sa isang eksena, gabi, tropical paradise, isinalang ang isang kanta sa background. Samba. Swak na swak. May kung ano sa akin na nagsabing alam ko yung kanta--ANG GANDA! Swabe ang areglo.

At nang lumigaya, hinango mo sa dusa
Tanging ikaw sinta, ang aking pag-asa.

Hindi ko alam yung kanta, English ang mga letra nito. Pero pamilyar ang tunog, at ipinagpipilitan ng tenga ko na alam ko 'yon. Di nagtagal nakuha ko rin. At mabilis akong sinang-ayunan ng dumating na chorus. Anak ng teteng! INIMPORT NG MGA KANO ANG KANTA NATIN!!!

Bilang isa sa dalawang anak ng mag-asawang doktor at maybahay na mahilig sa musika, isinilang sa Maynila si Miguel 'Mike' Velarde, Jr. noong ika-dalawampu't tatlo ng Oktubre, 1913. Isang taon makalipas, lumipat at nanirahan ang pamilya n'ya sa Zamboanga kung saan s'ya nagtapos ng high school at nagkamit ng karangalan bilang valedictorian.

Pagdu-doktor sana ang kukuhain ni Mike sa kolehiyo, pero mas malakas ang agos ng musika sa mga ugat n'ya. Kaya hindi man sinang-ayunan ng ama ang balak n'ya, pinilit n'ya pa ring suportahan ang sarili sa pagiging kundoktor ng bus. (Doktor naging kundoktor!)

Di nagtagal nagkaroon s'ya ng trabaho sa isang istasyon ng radyo, at ng sarili n'yang programa. Nadaanan n'ya rin ang pagiging manunulat, guro, at mamemelikula.

Sariling ina ang unang nagturo sa kanya ng piano at violin. Hinangaan n'ya ang istilo ng musika nila Cole Porter at Irving Berlin nung umpisa. Pero nauwi rin s'ya sa pagkatha ng mga awiting galing sa puso ng isang Pilipino. Noong 1938, kinanta ni Rogelio de la Rosa sa pelikulang Bituing Marikit ang isa sa mga komposisyon n'ya.

Dahil sa iyo, nais kong mabuhay
Dahil sa iyo, hanggang mamatay
Dapat mong tantuin, wala nang ibang giliw
Puso ko'y tanungin, ikaw at ikaw rin
Dahil sa iyo, ako'y lumigaya
Pagmamahal, ay alayan ka

'Yan din ang kantang narinig ko sa napanood kong pelikula. Amerikano ang kumanta, English ang mga letra, Tagalog ang chorus. Pero di lang pala sila Joe ang nabaliw sa tibok ng puso ng musikang Pinoy, na-translate na rin ang nasabing kanta sa Japanese, Spanish, Chinese, at iba't-ibang dialects. At di lang 'yan ang kantang nagawa ni Mang Mike, may daan-daang iba pa.

Sinubukan na rin palang bilhin ng Amerika ang Dahil Sa Iyo, pero dahil gagawing English ang mga titik nito (syempre), tinanggihan ni idol ang alok.

Siguro maliit na bagay lang, pero minsan yung mga maliliit na bagay tulad nito ang nagpapasarap sa pagiging Pilipino.

Kung tunay man ako, ay alipinin mo
Ang lahat sa buhay ko'y, dahil sa iyo

Pwede tayo maubusan ng pera, pero hindi tayo mauubusan ng musika. Dahil sa Asia, o kahit sa buong mundo, tayo na yata ang may pinakamaraming uri ng tunog na kayang likhain. Ganoon din ang kawilihan natin sa iba't-ibang klase ng musika. Meron na tayong US Billboard, meron pa tayong OPM hits. May OPM in English, may OPM in Tagalog. At nahahati pa ang dalawang 'yan sa maraming sub-classifications. Bukod d'yan, meron pang mga kanta ang sinaunang Pilipino at katutubong tugtugin ang mga ninuno natin, na nahahati na naman sa maraming sub-classifications dahil sa magkakaibang impluwensya ng Luzon, Visayas, at Mindanao.

Hindi nawawalan ng musika ang mga isla ng Pilipinas, dahil ang musika ay bahagi na ng pang-araw-araw na pamumuhay ng mga Pilipino. Sa mga bahay na may sanggol, asahan mo ang hele. Sa mga prusisyon, ang himno. May kantahan sa simbahan, may kantahan sa eskwelahan. Pag may birthday, may kanta. Pag may lamay, may gitara. Pag Kuwaresma, may Pabasa. May caroling pag Pasko, may amateur singing contest pag Fiesta. At kahit di na uso ang pangangaluluwa at harana, meron at meron pa ring dahilan ang mga Pilipino para kumanta: Ang videoke!

Kinikilala sa buong mundo ang galing ng maraming Pilipino sa concerts, competitions, at theater. Pero hindi d'yan nagtatapos ang kahiligan ng Pinoy sa musika, dahil nakakabilib din minsan ang paraan kung paano nila ito gawin. Gaya na lang ni Dr. Lucresia Kasilag na kayang tumugtog ng piano sa pamamagitan ng pagkalabit sa mga pisi nito sa loob, at ni Levi Celerio na nasa Guinness World Records dahil sa kakayanang gumawa ng musika sa pag-ihip lang ng dahon sa labi.

Dahil sa angking talino sa paglikha, mga Pilipino rin ang unang nakabuo ng bamboo organ at ng buong banda ng mga instrumentong yari sa kawayan. Nakilala rin dati ng mga katabing bansa ang Mindanao bilang pagawaan ng mga natatanging gongs.

Simula sa mga kanta at kumakanta, hanggang sa mga instrumentong ginagamit at mga taong gumagamit nito, hindi matatawaran ang talino ng mga Pilipino sa musika.

(Sige na nga! ...marami rin ang sintonado sa atin!)

MATAGAL PA ANG MAHAL NA ARAW!

'Yan ang kadalasang hirit sa mga Pinoy na... uhm, hindi gaanong magaling kumanta. Sinasabing "Pasyon" ang lumalabas tuwing sinusubukan ng boses nilang gumawa ng musika.

Ang Pasyon ay ang patulang sulatin tungkol sa mga aral, buhay, at paghihirap ni Kristo, meron itong apat na version: yung sinulat ni Gaspar Aquino De Belen noong 1704, ni Don Luis Guian noong 1750, ni P. Mariano Pilapil noong 1854, at ni P. Aniceto De la Merced noong 1856. Bilang national bestseller, naisalin na sa iba't-ibang dialects ng Pilipinas ang Pasyon, pero nananatiling pinakapopular ang isinulat ni Pilapil. Eto ang ilang linya:

Ang tore't mga palasio
Bahay sadyang edipisyo
Mga kalakhan sa mundo
Walang pagsalang totoo

Magiging uling at abo

Ano pa't uusisain
Doon at sasaliksikin
Ang lahat ng gawa natin
Mga wika at panimdim
Kahit hayag at lihim

Samantalang may oras pa
Ay maglaan kang maaga
Kung gumabi't dumilim na,
Ay lalong maghihirap ka
Gumawa'y ngangapa-ngapa

Naisulat ang Pasyon noong panahon ng mga Kastila, pero bago pa man nila masakop ang bansa, ugali na ng mga ninuno natin na kantahin ang alamat at buhay ng mga sinaunang bayani. At dahil sa dami ng nilalaman nitong aral sa buhay, ang Pasyon din daw ang nagsilbing bible ng mga Pilipino dati.

Ginagamit ang Pasyon sa isang "Pabasa," eto yung marathon na kantahan tuwing Kuwaresma. Walang tigil. Walang tulugan. Salabat lang ang pahinga.

Naging tradisyon na rin sa pamilya namin ang Pabasa. Bukod dito, ipinagbabawal din ang pagkain ng karne sa mga Biyernes ng Kuwaresma, pagbukas ng TV o radyo simula Lunes Santo, at ang pagligo mula Biyernes Santo hanggang Paskong pagkabuhay. Pero noong araw lang 'yon, ngayon e madali nang magpalusot para makaligo, makakain, at makapanood ng cable TV!

Ginawa nang panata ng maraming Pilipino ang Pabasa sa paniniwalang nakakabawas ito ng mga kasalanan. Kung isasama mo pa ang fasting, flagellation, at ang pagpapapako sa krus ng mga debotong Pinoy, hindi na nakapagtataka ang pagkakabanggit sa atin sa "Ripley's Believe It or Not."

Bukod sa Mahal na Araw, isa pang ayokong panahon dati e yung Araw ng Mga Kaluluwa, aka Araw ng mga Patay, aka Todos Los Santos, at aka Undas.

Bakit nga ba nagpupunta sa sementeryo ang mga Pilipino sa ganitong panahon? Isipin mo, una, nakakapagod. Pangalawa, nakakatamad. (Oops, hindi pala dapat counted yung "nakakatamad.") Pangalawa, mamamasahe ka pa, tapos bibili ka ng bulaklak, tapos pagdating mo sa sementeryo hahanapin mo pa yung puntod ng kamag-anak mo. Kung gusto mo ng short-cut route, may bayad. Kung gusto mong mag-CR, may bayad. Lahat may bayad. Dati nga naligaw pa kami ng pinsan ko, sabi kasi s'ya nang sabi na alam n'ya yung puntod dahil may palatandaan s'ya, pero isang oras na kaming paikot-ikot hindi n'ya pa rin makita. Yun pala, ang palatandaan n'ya e kulay puti yung nitso at may katabing halaman! Buti na lang nakita kami ng isang kamag-anak, kundi inabot kami ng Pasko sa sementeryo.

Pagdating sa libingan ng lolo namin, nagulat naman kami sa naabutan naming eksena. Ang katabi kasi nitong nitso e puro mga teenagers ang bisita. Nagsasayawan sila ng "Supersonic" paikot sa nitso, bitbit ang sumasabog na stereo, habang ang kasama nilang matatanda e nagbabaraha at nag-iinuman ng Tanduay. Hindi lang 'yan, meron ding mga nagma-mahjong. Okay sa olrayt! Para silang nasa amusement center.

Balik tayo sa lolo ko. Syempre dahil isang beses lang sa isang taon kung dumalaw kami sa sementeryo, matataas na ang damo sa paligid ng nitso. Kailangan na itong palinisan sa mga batang gagala-gala doon, na ang bayad e hindi bababa sa 50 pesos. At yun e kung hindi mo na papipinturahan ng panibago ang nitso. Pero dahil Pinoy ka na may pagpapahalaga sa mga namatay mong kamag-anak, e mapipilitan kang magbayad ng panibagong 50 pesos para sa paint job... na hindi naman pintura ang gamit kundi pulbura!

Sa bandang huli, nakaraos din kaming magdasal, kahit na isang batalyon na diablo ang nagtatakbuhan sa harap namin kapag merong saranggolang nae-ektad. Gusto man naming umuwi e kailangan din naming hintayin matunaw yung kandila, kung hindi e siguradong manenenok lang 'yon ng mga batang sementeryo, bibilugin para ibenta por kilo o kaya e gagawing floorwax sa bahay.

'Yan ang eksena sa sementeryo, nakakapagod. Pero kung magugutom ka e hindi mo naman kailangan problemahin ang pagkain dahil marami kang mabibilhan. At hindi lang basta mga kalamay ni Aling Lukring o bola-bola ni Mang Edong ang pwede mong mabili. Meron na ngayong mga booth ang iba't-ibang fast food chains sa sementeryo. Kaya lang hindi ko pa rin masikmurang kumain ng pizza habang nakikita ko yung mga gumagapang na linta sa gilid ng mga bulok na nitso!

Meron na rin pala tayong "Trick or Treat." Minsan nakakatawa na ang mga negosyante sa pagpipilit nilang amerikahin ang Pilipinas. Pero may mga tradisyon ang Pilipino na kahit budburan mo ng snow e mananatiling Pilipino. Tignan mo na lang kung paano nagiging unique ang Pasko natin:

1. Simula December 16, siyam na araw na gumigising nang maaga ang mga tao para sa Misa de Gallo o "Rooster's Mass." Kilala rin ito sa tawag na Simbang Gabi dahil isinasagawa ang misa bago sumikat ang araw. Nagsimula ang matandang kaugalian na 'to dahil sa kagustuhan noon ng mga Pilipinong magsasaka na makadalo sa nobena, pero dahil sa buong araw silang nasa bukid at wala namang misa sa gabi, ginawa itong madaling araw.

2. Laging may kaakibat na bibingka't puto-bumbong ang Misa de Gallo, siguro kung wala 'to, mangangalahati ang tao at konti lang ang makakakumpleto sa siyam na misa. Pero pag nabuo mo raw ang nobena, pwede ka mag-"wish" at magkakatotoo ito... parang nag-bonus ka sa video game. Bukod d'yan, pwede ka ring magyabang kahit kanino: "ALAM MO BANG NABUO KO ANG SIMBANG GABI?"

3. Sa gabi ng December 16, umpisa na rin ang raket ng mga Pinoy na kung tawagin ay "caroling." Excited na tinutugtog ng mga bata ang tambourine nilang yari sa pinitpit na tansan, at tambol na gawa sa binutas at plinastikan na lata ng gatas. Ihanda mo na ang tenga mong marindi sa "Kung sakaling kami'y perwisyo, pasensya na kayo kami'y namamasko" at "We wish you a Merry Christmas (3x) and a Happy New Year." Laging magkasunod 'yang dalawang 'yan. Pag narinig mo ang "Pasensya na kayo kami'y namamasko," makipagpustahan ka, tiyak kasunod n'yan ang "We wish you a Merry Christmas..."

Eto pa, pag bumaba sa piso ang ibinigay mo sa mga caroler, yari ka sa parteng "Thank you (2x) AMBABARAT ninyo, thank you!" Pag binigyan mo naman sila ng malaking halaga, sasabihan ka nga ng "...AMBABAIT ninyo," pero gabi-gabi ka rin nilang babalikan dahil ayos ka mag-tip. Kaya dapat marunong kang dumiskarte.

"Ang Pasko ay suma---"

"PATAWAAAD!!!"

Pero sa mga bata lang 'yan effective. Pag mga matanda na ang humirit, yari ka dahil de-sobre! Mapipilitan kang magbigay, at dehins pwede barya. Pero sulit naman dahil kadalasan e may dala pa silang karaoke, tapos may dance number... si Kuya Germs na lang ang kulang, variety show na!

4. Meron tayong mga Christmas tree na plastic, Christmas tree na alambre, Christmas tree na kulay puti (White Christmas?), Christmas tree na mga tuyong sanga, Christmas tree na kahoy, Christmas tree na 1 foot (bonsai), at Christmas tree na walis ting-ting. Hindi pa kasama d'yan ang sanlibong species ng Christmas tree na nadidiskubre ng mga scientist sa Divisoria tuwing Disyembre.

5. May Christmas lights kahit sa mga squatters area na walang linya ng kuryente, at mga bahay na walang kuntador. Maglalagay at maglalagay ng Christmas lights ang mga Pinoy kahit pa brownout tuwing gabi. Pagsisikapang kortehang anghel, star, Christmas tree, candy cane... o kahit pa ampersand ang mga ilaw mapaganda lang ang bintana at matalo ang display ng Manila COD.

6. Meron tayong parol na may iba't-ibang hugis, kulay, laki, itsura, at yari. Lahat ng kaya mong ma-imagine, meron na!

7. Lagi tayong may keso de bola at hamon na parehong di naman talaga masarap kainin dahil parang mga higanteng butil lang ng asin sa sobrang alat.

8. Nagsasabit tayo ng medyas sa bintana sa bisperas ng Pasko. Galing daw ito sa western tradition ng pagsasampay ng medyas sa fireplace para matuyo o mainitan pag winter. Dahil sa

chimney dumadaan si Santa Claus, sa medyas n'ya na raw inilalagay ang aginaldo. Pero dito sa atin, dahil wala namang fireplace ang mga Pilipino, sa bintana na isinasabit ang mga medyas... para lagyan ni Santa Claus ng limang piso at Bazooka Bubble Gum.

9. Matinik ang mga Pilipino sa mga ninong at ninang. Sa pagpili pa lang, isinasaalang-alang na ang Pasko. At pagsapit nito, wari mo e meron silang global positioning system na magtuturo sa kinaroroonan ng mga ninong at ninang ng anak nila. Di lang 'yan, matakasan man ang mga hingian ng aginaldo, asahan mong ipapaalala at ipapaalala pa rin 'yan ng mga magulang ng bata pag nagkita sila kahit sa July.

10. Ang mga dekorasyon, Christmas songs, at espiritu ng Pasko ay nag-uumpisa ng September. Basta may "-ber" na ang pangalan ng buwan, Pasko na. Natatapos ito sa Feast of Three Kings sa ikalawang linggo ng Enero ng sumusunod na taon, pero pwede pa ma-extend 'yan. Hanggang tinatamad pa magligpit ng Christmas tree ang mga tao, Pasko pa! At huwag mong isiping may kinalaman d'yan ang mga Kastila, dahil may mga historical accounts na dalawang-daang taon bago pa dumating dito sila Magellan, meron nang "Pasko" ang mga Pilipino. Tindi!

Pero isa sa mga nakagawian nating tradisyon na talagang di ko maarok ay ang "exchange gifts." Hindi yung karaniwang pagbibigayan ng regalo tuwing Pasko, kundi yung REQUIRED NA PALITAN ng regalo sa mga Christmas party.

Noong 1997, worth 200 pesos ang exchange gift sa Christmas Party ng kumpanyang pinasukan ko. Last minute na ko bumili, wall clock worth 199, may utang pa kong piso sa kawawang recipient ko. Gusto kong dagdagan. Tinanong ko yung saleslady ng Isetann kung meron silang battery. Pero hindi na raw kailangan, included na 'yon. Walang hiya, piso na lang nagkaproblema pa ko! Inisip ko na lang na sana sa ibang tindahan e mas mahal nang piso yung wall clock na 'yon. Noong 1996, alarm clock naman ang binili ko. Ewan ko ba, naging formula gift ko na yata sa Christmas party ang orasan.

Noong second year high school, ka-exchange gift ko ang crush ko sa klase. Syempre fired up ako sa paghahanap ng maibibigay sa kanya. Sa sulsol ng mga kapwa ko nerds, bumili ako ng pocketbooks: E.T. at Supergirl... walastik! Ayun, pagdating ng January asar na asar sa 'kin yung crush ko dahil ginawa ko raw s'yang alien. At ang natanggap ko? Bargain book din sa National Bookstore. Hindi totoong it is better to give than to receive. Minsan tabla lang. You receive what you give.

Nung Grade Three, asar na asar naman ang nanay ko sa nagregalo sa 'kin. Nagkalokohan daw. Nakatanggap kasi ako ng bargain na sando na mukhang pang-donate sa biktima ng sakuna. May kasama pang kalahating suklay. Oo, yung isang buong suklay baliin mo, ganon, kalahating suklay! Pero ako, tuwang-tuwa, kasi first time kong makatanggap ng regalo na "may sense." Dahil simula Kindergarten hanggang Grade Two, ang natatanggap ko lang e iba't-ibang kumbinasyon ng belekoy, cornik, Nips, Tarzan Bubblegum, Chiclet, Chippy, at iba't-iba pang chichiria. Mga pinakyaw sa suking sari-sari store at inilagay sa kahon ng katol.

Ganyan kasaya ang exchange gifts. Lalo na kung ang makakabunot ng pangalan mo e yung taong mahilig mag-AWOL pag Christmas party. Parang yung kaso nung kaibigan kong nagka-trauma na sa exchange gifts dahil tatlong taon na siyang laging nauubusan ng regalo. Sinasabi ko na lang sa kanya na masuwerte siya't lagi s'yang may pagkakataon na magbigay nang walang kapalit.

Pero syempre pampalubag-loob lang 'yon. Kung ako ang magiging biktima ng conspiracy tuwing Christmas party, talagang wala akong pauuwiin hangga't hindi nabibigyan ng hustisya ang regalo ko.

Pero ayos talaga ang mga Pilipino. Dahil hindi yata sila kuntento sa exchange gifts, nagkaroon pa ng lingguhang Monito-Monita... magastos masyado! Ni hindi ko naman kilala kung sino sila Monito't Monita at kung anong klaseng relasyon meron sila. Minsan iniisip ko kung si Monito yung kaawa-awang nilalang na nagpauso ng exchange gifts. Siguro talagang walang nagbibigay sa kanya ng regalo. Para lang makatanggap siya, kinontrata niya si Monita na wala ring nagreregalo. Nag-usap silang dalawa... at yun, nabuo ang tradisyon ng sangkatauhan na hindi rin nakakatanggap ng regalo. Naging masaya ang lahat, lalo na yung mga nagtitinda ng bargain books at relo.

Pero buong mundo at buong Pilipinas man ang selebrasyon ng Pasko, mas masaya pa rin minsan ang mga town fiesta sa iba't-ibang kapuluan ng bansa. Kagaya ng Sinulog sa Cebu, Dinagyang sa Iloilo, Ati-Atihan sa Aklan, Pahiyas sa Quezon, Pintados sa Tacloban, Kadayawan sa Davao, Peñafrancia sa Naga, Masskara sa Bacolod, at marami pang iba. Sa bawat handaan, hindi mawawala ang mga amateur singing contest, beauty contest, dance contest, dance party, banda, parada, prusisyon, agawang buko, palosebo, paluang palayok, at paminsan-minsang paluang ulo dahil sa mga nalalasing na kalalakihan.

Iba't-ibang tunog, iba't-ibang lasa. 'Yan ang sari-sari, makulay, at masayahing mukha ng Pilipinas.

(Pwede na ba 'kong travel and tours agent?)

Malayo na ang nararating ng komersyalismo sa bansa. Biruin mo, pag nagbukas ka ng TV ngayon o nagbasa ng dyaryo, halos hindi mo na kilala ang mga produktong ipinapatalastas: cellphone, cellcard, phone card, credit card, internet card, Internet Service Providers, cable companies, inkjet printers, fabric softener, mineral water, dog food, condom, at supplementary fiber at calcium. Andami, isama mo pa d'yan ang deocologne para sa mga sawa na sa tawas, hair dye para sa mga naiinggit kay Dennis Rodman, at whitening lotion para sa mga fans ni Michael Jackson. Sari-saring bagay na wala gaano sa kamalayan ng Pilipino noong mga nagdaang dekada.

Sa ngayon, hindi lang ang mga tinda ang nakakapanibago, kundi pati ang paraan ng pagtitinda. Karaniwan na ang mga warehouse club, E-stores, at food delivery. Twenty four hours na rin ang pag-e-engganyo ng home TV shopping sa ere. Lahat itinitinda: pampapayat, pampatangkad, pampakinis, pampataas ng ilong, pantanggal ng bilbil, panlinis ng bahay, panakot sa daga, panghuli ng isda, panghiwa ng karne, pambalat ng sibuyas, panlampaso, panlaba, pampintura, langis ng kotse, toothbrush, kurtina, kaldero, plantsa... lahat! Walang katapusan ang listahan.

Pero wala d'yan ang totoong kinalolokohan ni Juan De la Cruz. Pag tumingin ka ngayon sa swapping corners ng classified ads, ganito ang makikita mo:

VHS tapes, to swap with other titles

Billiard table brand new, Jr. size, to swap with 9mm pistol/45 cal.
AM Bulldog white, 11 mos., to swap with female rotweiller
1.2 GB HD, to swap with 64MB SD RAM
Sperry Top Sider size 8, to swap with deskfan
Water tank, to swap with BMX bike

Sa unang halimbawa, gusto ng isang tao (ad placer) na ipagpalit ang mga VHS tapes n'ya para sa ibang bala. Ayos, dahil pareho sila ng kapalitan n'ya na makakapanood ng mga bagong pelikula. Sa isa pang deal, naghahanap naman yung swapper ng 9mm pistol o 45 caliber, kapalit ng brand new jr. size billiard table n'ya. Siguro nagbago isip niya pagkabili ng billiard table, gusto n'ya na lang mamaril. Pero wala na tayo doon, at hindi 'yon ang tumawag ng pansin ko, kundi ang mga sunod-sunod na ads pagkatapos noon!

AM Bulldog 4 mos, to swap with Nokia 8850
American Lovebirds, to swap with Nokia 3310
Andres Bonifacio books, to swap with Nokia 3310
Aquarium 50 gal. w/stand, to swap with Nokia 6110
Doberman, to swap with Nokia 6210
Exercise machine, to swap with Nokia 3210
Golf set, to swap with Nokia 3210
Hand bag, to swap with Nokia 8210
Hearing aid brand new, to swap with Nokia 3310
German Shepherd, to swap with Nokia 8210
Leather jacket, to swap with Nokia 5110, open line
Leather pants original fr. Japan, to swap with Nokia 3310
Minolta camera, to swap with Nokia 5110
Mt. Bike slightly used, to swap with Nokia 5110, open line
National aircon 3.4 hp, to swap with Nokia 3210
National ref. 9cu., to swap with Nokia 3310
Omega wristwatch, to swap with Nokia 8210
Painting, to swap with Nokia phone

Panasonic discman anti-shock, portable, to swap with Nokia cell
Perfumes (4) Chaps Sport, to swap with Nokia 3210
Remy Martin Cognac, to swap with Nokia 5110
Roland piano digital, good as new, to swap with Nokia 8210
Sala set slightly used, to swap with Nokia 6210
Samsung VHS recorder, to swap with Nokia 6110
Sharp Karaoke, to swap with Nokia 3210
Sketcher rubber shoes size 10, to swap with Nokia 5110
Sony playstation 20 CDs, 2 controllers, to swap with Nokia 3310
Sony TV 29, Japan, Stereo sound, to swap with Nokia 3210
Stamps 400 pcs. w/album, asstd, to swap with (2) Nokia 3210
Surveillance camera color, to swap with Nokia 3310
Tennis racket, to swap with Nokia 3210
Timeworks fax machine, to swap with Nokia 7110

Handang ibigay ng mga Pilipino ang sala set (kahit di na umupo), aircon (kahit na pawisan), perfume (ano ngayon kung bumaho?), exercise machine (kung mataba e di mataba!), at hearing aid (ano 'ka mo?) magkaroon lang ng cellphone at textmate.

Pero sa kabila ng higanteng komersyalismo, mga buhol-buhol na kable ng komunikasyon, at pudpud na hinlalaki ng mga kabataan at sambayanang hindi magkaintindihan, meron pa ring mga ordinaryong mamamayan na nabubuhay sa simpleng tindahan ng mga Choc-Nut.

"Pagbilan nga!" ikakatok ng bata ang piso n'ya.

"Ano 'yon?" sasagot ang tinderang naistorbo sa panonood ng drama sa TV.
"Choc Nut, dalawa. Magkano ho ba ang isa?"
"Piso."
"Yun, dalawang Choc Nut tapos Tarzan Bubble Gum na lahat ang sukli."

Binubuo ng mga nakasabit na plastic ng maaalat at maaanghang na chichiria. Mga garapon ng iba't-ibang candy. Mga lata ng sardinas at liver spread. Mga bote ng toyo at patis. Mga softdrinks. Mga sigarilyo. Mga katol. Mga thumbtacks, blade, paminta, karayom, vetsin, plastic balloon, matamis na bao, at yelo.

'Yan ang sari-sari store. Madalas na may grills o screen sa harap bilang proteksyon sa mga magnanakaw. Madalas na may gasera o nakataling isang kahong posporo panindi ng yosi. Madalas na may mga bangkuan sa harapan para sa mga tambay. At madalas na may mga tambay.

Sari-sari store.

Kelan lang e nag-beach ang pamilya Ong, kung saan sa daan e may nakita kaming dalawang matandang lalake na nagku-kwentuhan habang nakaupo sa isang bangkito na nasa harapan ng isang sari-sari store. Dahil sa kasimplehan ng buhay sa probinsya, di namin maiwasang isipin kung ano naman kaya ang pwedeng mapag-usapan sa tambayan na 'yon araw-araw nang hindi pagsasawaan?

"Nagbunga na rin sa wakas ang puno namin ng mangga."
"Parang hindi yata masyadong madilim kagabi."
"Palagay ko papuntang kanluran ang ihip ngayon ng hangin."
"Pineste ang tanim kong kamatis."
"Buntis si Tagpi at hindi namin alam ang ama."

Pagbalik namin matapos maligo, nandoon pa rin yung dalawang matanda... gaya ng hula namin.

Halos lahat ng lugar sa Pilipinas e may sari-sari store. Kasama ng pamamasada ng jeep at tricycle, isa ito sa mga unang naiisip ng pinoy na may kaunting puhunan at gustong magkaroon ng pagkakakitaan. Ganito raw tayo mag-isip, sabi ng professor ko dati sa Accounting. Gusto natin yung negosyong may kita na kaagad paglubog ng araw, kahit barya. Sabi nga ng kapitbahay naming pilay sa asawa n'ya nang matalisod s'ya habang nagbi-benta ng corn chips: "Putang ina, singkwenta (sentimos) lang ang kikitain ko, ikakamatay ko pa!"

Nagkaroon din kami ng sari-sari store noong araw. Tumagal ito ng mga limang taon bago tuluyang nagsara. Bata pa ako noon, pero doon ako unang kumita ng pera bilang manunulat. Eto ang isinulat ko:

"ICE 4 SALE"

Kung wala kang sari-sari store pero gusto mo pa ring magtinda, pwede kang maglako. Kailangan mo lang ng malakas na boses at matitibay na binti.

Pili ka: taho, kutsinta, puto, kalamay, suman, binatog, fishball, popcorn, cotton candy, ice cream, ice drop, ice scramble, lumpia, balut, penoy, mais, mani, tinapa, o pandesal. Syempre depende 'yan sa oras at lugar na iikutan mo. Kung sa daanan ka ng mga sasakyan, ayos d'yan ang sigarilyo, dyaryo, bottled water, at candy. Kung may bisikleta't sidecar ka, pwede mo ring i-"shop on wheels" ang sampalok, champoy, peas, nuts, cornik, pusit, dried mango, sweet beans, at butong pakwan.

Pero wag mong isiping basta-basta lang ang paglalako ng mga 'yan. Halimbawa yung taho, hindi mo pwedeng isigaw 'yan ng "TAHO!!!!!" dahil masakit sa lalamunan at iisipin ng mga tao na naghahanap ka ng away. Hindi rin pwedeng "TAAAAHO!" dahil para ka lang nagpapatawa. Ang tamang sigaw ay "Ta-hooooo!" pataas yung tono, may lambing sa dulo.

Kung tinapa, ganito ang sigaw: "Teee-napaaah!" challenging ang tinapa dahil two syllables ang accent. Sa balut, kailangan swabe ang tunog at hindi nakakabulahaw dahil sa gabi ito itinitinda: "BalUUUuuuUUt!", dapat may alon yung boses. Kabaligtaran naman ang lumpia. Kapag ito ang ilalako, dapat yung para kang nang-aasar. "Lemyaaaaah!"

Pag puto't kutsinta naman ang pinag-usapan, di mo kailangan sumigaw lagi. Sa halip, gagamit ka ng potpot... yun bang parang torotot ng clowns, na tunog busina ng jeep na nagpapatawa: "Engok-engok!" Siguro kahit pangit ang araw ng mga tindero ng puto, di nila makuhang basta-basta magalit. Parang mahirap kasing manatiling galit habang nagpapatunog ka ng "Engok-engok!"

Kung sorbetes o binatog naman ang tinda mo, percussion instruments ang kailangan. Pag sorbetes, hand bell ang gagamitin mo para maglako, parang yung pinapatunog tuwing misa pag itinataas ng pari ang ostiya: "Kleng! Kleng! Kleng!" Sa binatog naman, kailangan mo yung instrumentong ginagamit sa boxing tuwing start/end ng laban, yung "Ting!...Round 1!" Syempre sa binatog, tuloy-tuloy ang tunog: "Ting! Ting! Ting! Ting! Ting!"

Hindi na kailangan sumilip sa bintana. Alam na kaagad ng mga Pinoy kung ano ang itinitinda ng mga "Engok-engok!", "Kleng! Kleng!

Kleng!", at "Ting! Ting! Ting! Ting! Ting!" tuwing maririnig nila ito. Pero wag kang magkakamali. Hindi lahat ng mga naglalako e maiingay. Kadalasan, silent types at walang isinisigaw ang mga tindero ng fishball, pop corn, at cotton candy.

Naranasan din ng mga nakakatanda kong kapatid ang paglalako dati. Trip. Naglako ang kuya ko ng ice drop, at ang ate ko ng kalamay. Ayos yung kalamay dahil tuwing may sumisigaw ng "KalamaaaAAy!" e may gagong bata na sisigaw rin ng "Kina-kamaaaAAy!" Cool yung pagsigaw dati ng "Kina-kamaaaAAy!" Automatic 'yon. Pag may sumigaw ng "KalamaaaAAy!" at hindi ka sumigaw ng "Kina-kamaaaAAy!" e para ka na ring nakakita ng shooting star pero hindi ka nag-wish.

Kapansin-pansin kung paano gamitin ng pinoy ang boses n'ya sa pangangalakal. Halimbawa, sino ba naman ang hindi mapapangiti tuwing madadaan sa mga ukay-ukay ng Divisoria at makakarinig sa lalakeng naka-megaphone na sumisigaw ng ganito:

"LAPIT, LAPIT NA... BRIEF PARA KAY KUYA, PANTY PARA KAY BABY... HALUKAYIN, PILI NA, ANIM-ISANG DAAN, <*nakakita ng isang matanda*> OOPS, NANDITO NA SI LOLA BIBILHAN NG BRIEF SI LOLO... HAL-LAH, SIG-GEH, HALUKAY NA... <*nakapili na ang matanda*> NAGUSTUHAN NI LOLA ANG PINK NA PANTY... OOPS, IBINALIK... PINALITAN NG PULA... PULA ANG TRIP NI LOLA !!!"

Totoo 'yan. Todong sigaw. Mula pagsikat hanggang paglubog ng araw. Pitong araw sa isang linggo. Tuloy-tuloy.

Ganyan din ang trip ng mga starter o "barker", mga taong taga-sigaw ng biyahe ng jeep at taga-tawag ng pasahero. "CUBAO, CUBAO... DALAWA NA LANG, AANDAR NA!" Minsan kahit dalawa na lang ang kasya sa jeep, sisigaw sila ng "Apat pa! Apat pa!" para mapilitan sumakay ang mga pasaherong ayaw sa masikip. Samantalang ang gusto naman ng mga barker e yung tipong magdidikit na yung mga tuhod ng pasahero sa sobrang siksik, at tumbong na lang ang sasayad sa upuan. Pag sinabi nilang "Kasya pa... konting ipit lang po!" patay na. Ibig sabihin noon walang hihinga, kailangan pahintuin ang sirkulasyon ng dugo mo habang nagbi-biyahe.

Lamang ang mga barker sa mga manlalako dahil di nila kailangan maglakad, pero mas pwersado naman ang lalamunan nila sa pagsigaw. Isang beses napasakay ako sa jeep na may babaeng barker. Dahil matining ang boses n'ya, kailangan n'ya talagang sumigaw nang buong lakas para makipagkumpitensya sa ingay ng mga sasakyan sa daan. Di ko alam kung hahanga ako o maaawa.

Pangkaraniwang sasakyan lang 'yon ng mga Amerikanong sundalo noong World War II, pero dahil sa angking talino at tawag ng pangangailangan, naisip ng Pilipino na gawan ito ng iba pang pakinabang. Pinahaba n'ya pa ang nasabing sasakyan, ginawan ng matibay na bubong, at nilagyan ng dalawang mahabang upuan. Sa paglipas ng panahon, nadagdagan pa ito ng iba't-ibang dekorasyon: mga ilaw, salamin, radyo, antenna, at makulay na katawan. Meron din itong mga palamuting maliit na kabayong bakal sa hood bilang pag-alaala sa napalitan na panahon ng mga kalesa.

Ito ang jeepney ng mga Pilipino, isang pambansang simbolo.

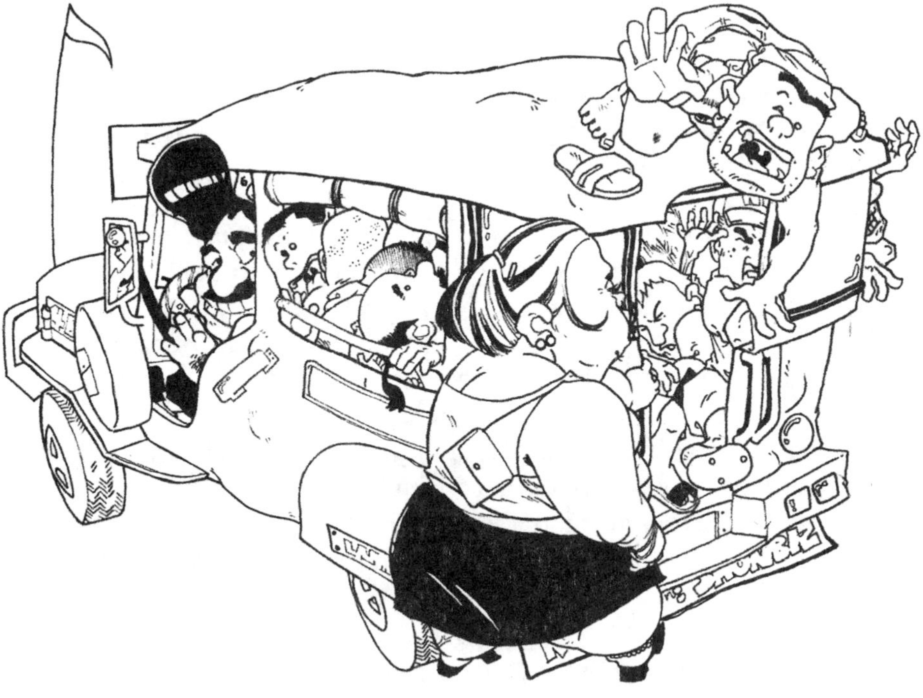

"Sakay na! MALUWAG NA MALUWAG PA!!!"

Naghatid at nagsundo sa bilyon-bilyong pasahero sa loob ng higit kalahating siglo. Malayo-layo na rin ang na-biyahe. Sa katotohanan, umabot na nga ito sa isang museum sa Belgium at pinagbalakan na ring gawing mass transporation sa Africa. Hindi ko alam kung sino ang unang Pilipino na nakaisip na pwedeng gawing pampasaherong sasakyan ang CJ3B ng mga Amerikano. Pero sa kanya, nagpupugay ako.

Pangkaraniwang sasakyan ang jeep sa Pilipinas. Kasing ordinaryo ito ng bigas, bentilador, at pagligo araw-araw. Malaking bahagi sa buhay ng mga Pilipino ang jeep. Dahil sa loob nito, hindi ka lang basta nakaupo sa isang sasakyan, nakasakay ka pa sa isang kultura. Kaya kung gusto mong gawing 100% Pinoy ang jeep mo, ganito ang gawin mo:

- Lagyan ng design ang gilid ng jeep. Pwedeng zodiac signs, landscape ng Pilipinas o ng mga probinsya nito, o religious images nila Jesus Christ, Sto. Niño, at Mother of Perpetual Help.
- Magsabit ng rosario o scapular sa rearview mirror, at maglagay ng miniature religious icon sa dashboard.
- Isulat sa kisame ng jeep ang pangalan ng mga miyembro ng pamilya mo, simula sa asawa hanggang sa bunso. Kung konti lang kayo, idagdag ang pangalan ng mga tiyo, tiya, lolo, at lola.
- Kung naisulat mo na sa bubong ang pangalan ng inyong angkan hanggang sa mga ninuno pero may space pa rin, sulatan na lang ito ng "God Bless Our Trip." o dikitan ng mga sticker na tulad ng "Basta driver, sweet lover." at "Bayad muna bago baba."

'Yan, Pinoy na Pinoy na ang jeep mo. Isa na lang ang kulang... isang genuine Pinoy driver.

Ah... drivers! Sinong Pinoy ba ang walang kwento tungkol sa kanila? Sa mahabang karanasan ko bilang pasahero, eto ang mga tsuper ng Pilipinas:

BAGGAGE BOYS. Mga driver na sa pilahan pa lang ng jeep e masinop na. Pilit na sinisiksik ang mga pasahero at hindi umaandar ang sasakyan hanggang hindi nakakapagsakay ng 20 katao sa upuan na pang-14. Bukambibig: "Kasya pa, dalawa pa 'yan, kabilaan!"

PACMAN. Baggage Boys na matakaw sa pasahero hanggang sa highway. Walang sinasantong "No Loading/Unloading" signs. Hinihintuan ang lahat ng tao na pwedeng isakay, parang video game player na nag-iipon ng points at naghahangad ng bonus. Bukambibig: "Sige, konting bilis lang ho at bawal dito bumaba."

FORMULA ONE. Mga kaskaserong piloto na nagpapalipad ng jeep. Di tulad ng Pacman, maraming pasaherong nilalagpasan ang Formula One. Para sila laging mauubusan ng lupa. Sa sobrang bilis magpatakbo, lahat ng pasahero e nakakapit nang mahigpit sa hawakang bakal. Bukambibig: (Wala. Hindi nakakausap.)

SCREWD DRIVER. Asiwa at mainit lagi ang ulo. Galit sa mga pedestrian, galit sa mga vendors, galit sa mga pasahero, galit sa mga pulis, galit sa mga kapwa driver, galit sa mundo. Sumisigaw, nagdadabog, at nagmumura bawat tatlumpong segundo. Bukambibig: "!^@%#."

KUYA BODJIE. Ang tsuper na masayahin. Laging nakangiti at sumisipol. Malugod na bumabati sa lahat ng nakakasalubong sa daan. Perpekto na sana si Kuya Bodjie kung hindi lang s'ya madalas na sanhi ng heavy traffic. Bukambibig: "Kamusta? Kamusta na ang pag-aaral ng mga bata? Susundan n'yo na ba ni mare si... ano nga ang pangalan ng bunso mo, pare? Ano na ang nangyari sa ina-aplayan mong trabaho sa Saudi?"

SI MANONG. Matandang driver na may matandang jeep. Yung tipong binubuo na lang ng kalawang ang sasakyan n'ya at pwedeng kakitaan ng mga itlog ng dinosaur. Madalas ring tumirik ang makina, at talo ang mga pabrika sa usok ng tambutso. Kadalasan naka-tune in si Manong sa AM radio at nakikipagpalitan ng kuro-kurong politikal sa katabing pasahero. Bukambibig: "Lipat na lang kayo sa kabilang jeep, nasiraan tayo."

DON FACUNDO. May hihigit pa ba kay Manong? Oo, ang matandang mahilig--si Don Facundo, ang DOM na driver! Hitik sa green jokes at mga bukambibig na: "Sakay na, sexy, iuuwi na kita!" o "Konting ipit para di mangamoy!"

DISC JOCKEY. Ang sound-tripper tsuper. Ultimo konsensya mo hindi mo maririnig sa sobrang lakas ng stereo n'ya. Lahat ng bagay sa loob ng sasakyan e kumakalabog at kumakalansing sa tugtog. Aakalain mo ring may on-going party sa loob ng jeep dahil sa dami ng kaibigan n'yang naka-angkas. Parang naki-hitch ka lang sa pribadong sasakyan. Bukambibig: (Hindi mo maririnig sa sobrang ingay.)

THE SUPER PINOY DRIVER. Marunong sumunod sa batas trapiko. Magalang sa mga pasahero. Hindi nanlalamang sa mga kapwa driver. At ayos magpatakbo ng sasakyan. Isa lang ang problema hindi pa s'ya ipinapanganak.

Sari-saring driver, iba't-ibang sasakyan, buhol-buhol na traffic, at sira-sirang daan--'yan ang kadalasang larawan ng Metro Manila. Pero kahit ano ang sakyan mo at kahit saan ka pumunta, hindi pwedeng hindi mo mapansin ang mga interesanteng pangalan ng mga kalye sa bansa.

Gamitin na lang natin ang Quezon City bilang halimbawa. Meron itong mga kalyeng ipinangalan sa mga bulaklak: Sampaguita St., Camia St., Carnation St., Cattleya St., Tulip St. Mga puno: Kamagong St., Narra St., Yakal St. Mga prutas: Atis St., Chico St., Duhat St., Lanzones St. Mga sea foods: Alimango St., Bangus St., Bisugo St., Dalag St., Hito St., Sugpo St. Months: January St., February St., March St.... kumpleto, bukod sa August at December, ewan kung bakit. Zodiac Signs: Capricorn St., Libra St., Sagitarius St. Colors: Fuschia St., Lilac St., White St. At minerals: Gold St., Silver St., Diamond St.. Magmula sa mga hayop at halaman, hanggang sa mga bato, kumpleto tayo. Pero tingin ko konti lang ang nagpapadala ng sulat sa Fuh... Fiu... Fuschia St., mahirap kasi ispelengin!

Hindi rin mawawala ang mga kalyeng ipinangalan sa mga sikat na tao. Merong mga presidente: Garcia St., Magsaysay St., Osmeña St., Roxas St. Musicians: Chopin St., Beethoven St. Mga santo... ikabit mo na lahat ang mga pangalan na pwedeng ikabit sa San, Sta., at St., meron tayo lahat n'yan.

Meron ding mga kalye na medyo generic ang dating: 1st St. to 19th St., K-1st to K-11th, K-D St. to K-J St., Road 1 to Road 25 (pero walang Roads 23 at 24), A-6, A-11, A-14, at Road A. Hindi ko alam kung kinatamaran na ng mga awtoridad na pangalanan nang mas maganda ang mga kalyeng 'to, o kasalukuyan silang nasa auction.

Oo, "auction." May ibang kalye kasi na parang nabili na: Carmina's Drive, Dinna's Drive, Francis' Drive, at Joey Lane. Tipong

"Umalis ka dito! Hindi mo ba nabasa? Joey Lane akin lang 'to!"

Marami nang tao ang may kanya-kanyang kalye: Don Jose St., Doña Juana St., Mayor Ignacio St., Doctor Alejos St., Capt. Paredes St., B/Gen. J. De Los Reyes St., Col. B. Serrano St., at Epifanio De Los Santos Avenue. Hindi pa kasama d'yan ang 23 boy scouts at 14 generals.

Malamang isipin mo puro sikat o makapangyarihan ang mga taong naipapangalan sa kalye. Pero hindi rin. Meron kasing mga pangalan na parang pag-aari lang ng mga pangkaraniwang tao: Albert St., Carol St., David St., Grace St., Dexter St., Janet St., John St., Jaqueline St., at Robert St. Idagdag mo pa sila Gloria Avenue at Rosario Drive.

Iba't-ibang tao, sari-saring pangalan. Pero ang paborito ko ay ang Teddy III St., tunog high-tech... parang bagong pang-ahit ng Gilette. Meron pang isa, ROTC Hunter St., tunog advocate para sa abolition ng ROTC. Kung iisipin mo, pwedeng weapon ni ROTC Hunter ang Teddy III.

Interesante ring pansinin na meron tayong mga kalye na may dalawang version, English at Tagalog. Halimbawa, meron na tayong Dove St., Heron St., Sparrow St., at Swallow St.; meron pa tayong Aguila St., Loro St., Pugo St., at Tikling St. Eto pa, meron tayong Harvard St., Oxford St., Stanford St., at Yale St.; at meron din tayong Letran St., MIT St., San Beda St., at Philippine Union College St. O, ha! At hindi lang 'yan, meron na tayong Brooklyn St., Chicago St., Maryland St., Illinois St., at Minnesota St.; meron pa tayong Abra St., Aklan St., Baguio Road, Batangas St., Ilo-Ilo St., at Mindanao Avenue. Pero hindi tayo d'yan nagtatapos dahil meron pa tayong international: Africa St., Columbia St., Jamaica St.; at universal: Araw St. at Mercury Avenue.

Marami pa. Virtues: Faith St., Hope St., Wisdom St., at Joy St. Traits: Mabait St., Maalalahanin St., Madasalin St., at Magalang St. Katutubong laro: Patintero St., Piko St., Sipa St., at Sungka St. At mga adjectives na nakakaloko: Mataba St., Mauban St., Matino St., Mahiyain St., at Malamig St.

Kung pag-uusapan ang edad, meron tayong young, old, at new: Young St., Old Sauyo Road, Old Samson Road, New Jersey, New Orleans, at New York St. Pero walang snow sa New York St.

Ito pa ang ibang categories. Subjects: Algebra St., Geometry St., Science St., at Agham Road (may Science na, may Agham pa!). Institutions: School St. at Church St. Currencies: Dinar St., Dollar St., Peso St., at Pound St. Business: Salary St., Insurance St., Dividends St., at Retirement St. At Newspapers and Magazines: Balita St., Bulletin St., Times St., Examiner St., Free Press St., at Daily Mirror St.

Mahaba na ang listahan, pero wala pa d'yan ang mga talagang interesante. Isipin mo na lang, saan ka pa ba naman makakakita ng mga lugar na dalawang beses pinangalanan: Ilang-Ilang St., Kasay-Kasay St., Layang-Layang St., at Waling-Waling St. Mga lugar na nakakasilaw: Ilaw St., Linaw St., Malinao St., at Maningning St. Mga lugar na... uhm, parang hindi wholesome: Malihim St., Mapang-akit St., Mabilis St., Basa St., at Bahay-Toro St. At mga lugar na may pangalang sadyang takaw-pansin: Bato-Bato St., Biak na Bato St., Sunrise St., Sunset St., Lumot St., Cadena de Amor St. (tunog soap opera), at ang the best sa lahat--Granada St.

Kahanga-hanga ang galing ng Pinoy sa pagbibigay pangalan sa mga lugar. Pero kung ako ang tatanungin, meron pang mga mas akmang pangalan na pwedeng gamitin sa ilang kalye natin. Halimbawa:

Bagong Component St.
Para sa kalyeng tinitirhan ng kapit-bahay
na laging ubod nang lakas magpatugtog.

Nabuntis-si-Ano St.
Para sa kalyeng epicenter ng mga maiinit na tsismis.

Maputing Labada St.
Para sa kalyeng tambak ng sampayan.

Ay, Ano Ba Yung Natapakan Ko St.
Para sa kalyeng ginawang parausan ng mga asong kalye.

Walang May-Ari St.
Para sa kalyeng laging may riot.

Sa Kanila St.
Para sa kalyeng may barangay captain
na isang milenyo nang nanunungkulan.

at ang the best sa lahat:

Sa Atin St.
Para sa kalyeng walang linya ng telepono,
madalas ang brownout, at mahina ang tubig.

Pero kung pangalan ang pag-uusapan, hindi pahuhuli ang mga negosyanteng Pinoy:

Aristoback (kainan sa likod ng Aristocrat)
Caintacky Fried Chicken (Cainta, Rizal)
Goldirocks (gravel and sand shop)
Pizza Hot (pizza place)
Saudia Hairlines (beauty salon)
Side-saki (eatery sa gilid ng Mandarin Hotel)
Wash & Carry (laundromat sa Makati, malapit sa Cash & Carry)
Wheels Fargo (eatery)
Ali Baka (shawarma shop)
Holland Hopia (pag-aari ni Mr. Ho, katabi nito ang--)
Poland Hopia (pag-aari naman ni Mr. Po, sa Chinatown Manila)
Tio Paeng Longganisa Stand (Pampanga)
Miki Mao (noodle eatery)
Leon King Video Rental (Las Piñas)
Fernando Pe's Box Office Hits (video rental shop sa Palawan)
Susan's Roses (flower shop)
James Tailoring
Elizabeth Tailoring
Jane's Pondahan
Sylvestre's Salon
Suzy's Key Duplication
Cleopata's Bakahan and Manukan
Scissors Palace (barber shop)
10/Q (convenience store chain)
Bee Tin (pagawaan ng Hopia)
Cute-Thing-Tings (Novelty-craft shop)
Curl Up And Dye (beauty salon)
Funeraria Mabuhay
Goto Heaven (tindahan ng goto)
Happy Birthday Toyo (dating tatak ng toyo)
Income Taxi
Juice Co. (fruit juice stand)
Labo Optical
Let's Goat-Together (kambingan/beer garden)

Mahal Kita Honey (bottled honey galing Batangas)
Meating Place (meat shop)
Meatropolis (meat shop)
Mercy Buko (tindahan ng buko)
Nacho Fast (nachos to go)
Pa-Kap-Log (tindang almusal: pandesal, kape at itlog)
Passers Buy (convenience store)
Perfect-Lee (sari-sari store)
Perm Foundation (Christian beauty salon)
Petal Attraction (floral shop)
Pig Out (restaurant/take-out sa Makati na may pork dishes)
Second Time Around (tindahan ng mga secondhand na relo)
Sophisticut (unisex hair salon)
Star Wash (launderette)
TapSi TurBi (tapa, sinangag, turon, at bibingka)
The Fried of Marikina (tindahan ng fried chicken)
The Way We Wear (boutique)
To Home It May Concern (tindahan ng furniture)
Tree's Company (tindahan ng artificial plant)
Triple Bee (restaurant)
Tutti Fruit-asan (fruit stall)
Washing Well (laundromat)
What's Disc? (tindahan ng mga CD)
Wrap and Roll (tindahan ng lumpia)
Your Best Vet (veterinary clinic)

at

Bobong Pinoy (Pinoy website)

Introduction sa Internet

Pag ang isang computer ikinabit mo sa isa pang computer, meron ka nang network. Sa ganitong paraan gumagana ang mga ATM. Pag magka-connect ang dalawang computer, pwedeng ma-access ng isang computer ang data sa kabilang computer. Ito ang tinatawag na networking.

Pag ikinabit mo naman ang isang network sa isa pang network, grupo ng networks sa iba pang grupo ng networks, at sapot ng networks sa isang bansa sa iba pang sapot ng networks sa marami pang bansa--pag buhol-buhol na ang networks mo at ganito na kagulo ang structure--meron ka nang Internet.

Sa Pilipinas, ang Internet ay isang magandang paraan para panatilihing busy ang linya ng telepono n'yo nang maraming oras. Bagay ito sa mga taong mahilig makipag-usap kung kani-kanino at makipagkilala sa mga taga-kung saan-saan. Sikat din ang Internet sa Electronic Mail. Di tulad ng postal mail o "Snail Mail" kung tawagin ngayon dahil sa kabagalan nito, ang E-mail ay isang mabilis na paraan ng pagsulat kahit sa mga taong nasa malayong lugar.

Marami pang aspeto ang Internet. Isa na d'yan ang World Wide Web na kinalalagyan ng mga personal website. Ang mga website na ito ay kadalasang gawa ng mga indibidwal na walang magawa sa buhay. Dito nila isinusulat ang lahat ng nasa isip nila kung wala silang maisip. At sino ba naman ang makakapagsabing sa bakurang ito ipapanganak ang isang Bobong Pinoy?

Introduction sa Bobong Pinoy

July 1, 1998 nang pormal na binulabog ng "Bobong Pinoy" ang Cyberspace. Ang Bobong Pinoy (o BP, para cute) ay isang website na naglalaman ng mga kwento ng kahinaan ng ating lahi. May nakakatawa, may nakakalungkot, may nakakainis, may nakakapraning. Halo-halong emosyon ang nilalaman nito, at labo-labong reaksyon naman ang sagot ng mga bumibisita.

Hindi inaasahan ang pagpatok ng nasabing site. Hindi nga inaasahan na may bibisita dito. Pero malugod na tinanggap ng maraming Pilipino sa iba't-ibang bansa ang Bobong Pinoy. December 9, 1998 nang tanghalin itong People's Choice sa Weird/Humor category ng kauna-unahang Philippine Webby Awards. Marami ang lubos na natuwa sa taglay nitong pagka-Pilipino. Buwan-buwan inaabangan ang mga updates, ang mga katatawanan, ang mga tuligsa. Marami ang nagbigay ng kanilang opinyon, sumali sa kwentuhan, at nakinig. Natupad ang simpleng pangarap ng Bobong Pinoy--ang magtatag ng isang komunidad na may kulturang magbubuklod sa mga Pilipino sa Internet.

Pero hindi naging biro ang pag maintain ng isang site na tulad ng BP. At bagama't madalas napapasarap ang usapan, madalas din naman itong nabibitin. Magastos at kulang ang Internet para sa isang mahabang kwentuhan. Ayon pa sa mga bisita, hindi ito akma para sa karamihan ng Pilipino. Kaya mula sa Internet, nasa libro na ngayon ang marami pang Kwentong Barbero ni Bob Ong.

Introduction sa Kwentuhang Barbero

Mahilig sa siesta ang Pilipino. Isang dahilan kaya tayo minamaliit ng mga Kastila dati. Sa ngayon, gawain pa rin natin ito kahit saan: sa harap ng sari-sari store, sa iskwelahan, sa kalye, sa palengke, sa trabaho, sa hapag kainan, sa sasakyan, habang nagkukutuhan, habang nagsusugal, habang nagsisimba, habang nanonood ng sine, habang nag-iinuman, at habang naglalaba sa batis. Sa iba't-ibang lugar. Sa maraming pagkakataon. Sobrang hilig natin sa kwentuhan tinawag na natin itong kung anu-ano: tsismisan, bolahan, sietehan, takutan, chikahan, ligawan, intrigahan, lokohan, maBOTEng usapan, at kwentuhang barbero.

Ang kwentuhang barbero ay kwento ng mga opinyon ng tao. Wala man ang chess at dama, tuloy pa rin ang showbiz, politika, at mga kwentong alang kwenta. Nakapaloob dito ang kuro-kuro ng mga pangkaraniwang tao, ng mga ordinaryong mamamayan na bagama't walang mataas na pinag-aralan o maimpluwensiyang posisyon sa gobyerno, e meron pa ring pangarap sa bansa at pananalig sa Pilipino.

Kung papansinin mong maigi, karaniwan na sa mga Pinoy ang kwentuhang barbero. Umabot na nga ito sa Internet, humihirit pa ngayon sa libro. At saan ka pa ba naman makakakita ng libro na nasa kalagitnaan ang introduction na pagkahaba-haba na, paligoy-ligoy pa?

Ending ng Introduction

Pagkatapos ng walang kwentang introduction na ginawa ko habang naglalaro ng Freecell sa computer, nandito na tayo sa pagwawakas. Congratulations, kung umabot ka dito!

Ang librong binabasa mo ngayon ay inspired ng mga kwentuhan sa Bobong Pinoy. Tagalog ang salita na may halong English na may halong grammatical errors na may halo-halong pananaw. Narito rin ang kopya ng ilang articles sa BP at sulat ng mga bisita, pilit na inipon para mabasa ng mga gustong magbasa. Meron bang aral na mapupulot? Nasa mambabasa na 'yon kung handa s'yang madumihan ang kamay sa pamumulot.

Oks, wag ka nang maingay. Umpisa na ng palabas....

Nakapanood ka na ba ng Pinoy action movie? Eto ang ilang palatandaan na ang pinapanood mo ay bakbakang noypi:

- Umiikot ang istorya sa paghihiganti.

- Ni-rape ang kapatid ng bida o pinatay ang kamag-anak n'ya (nanay, tatay, ate, kuya, kinakapatid, kabiyak, syota, kulasisi, anak, pinsan, tiyo, tiya, lolo, lola, ninong, ninang, apo, apo sa tuhod, apo sa talampakan, ninuno).

- Isa sa mga eksena e babastusin ang bida, o ang syota n'ya, ng mga nag-iinumang istambay.

- Magkakagulo sa isang okasyon (kaarawan, kasal, binyag, burol).

- Hindi nakakaramdam ng sakit ang bida sa bakbakan, pero sisigaw ito at aaray pag ginagamot na ng leading lady ang mga sugat n'ya.

- Pag narinig mong tumawa ang isang character nang bwahahahaha, automatic, kontrabida 'yon.

- Pag may gagawing masama, tumatawa ang kontrabida. Kahit habang nanggagahasa.

- Smoker at mabisyo lagi ang kontrabida.

- Mahilig sa leather jacket ang kontrabida. Kahit buwan ng Abril at tanghaling tapat.

- Ang structure ng mga kalaban: Ang Boss at ang kanyang "mga bata".

- Ang kuta ng mga kalaban e sa warehouse o malaking bahay.

- Lagi ding may eksena sa isang beer house.

- May seksing leading lady at may bed scene na pwedeng ikwento sa Abante.

- Pagkatapos ng nagbabagang bed scene ay mahinhin ulit ang leading lady.

- Marunong sa bakbakan ang babae, at kung isang lalake lang naman e kayang-kaya nitong patumbahin.

- Kung mako-corner ang bida, hindi ito papatayin, ikukulong lang at papahirapan, dahil lagi s'yang gustong mahuli nang buhay ng big boss.

- Pagdating sa big boss, papatayin din s'ya, pinatagal lang konti.

- Mag-uusap ang bida at ang mortal na kalaban nito habang nagtututukan ng baril... mahabang pag-uusap, parang balagtasan, tila baga mag-syotang nasa telepono.

- May malalakas na pagpapasabog kahit na hindi naman kailangan.

- Walang malalakas na pagpapasabog kahit na kailangan.

- Mura lang ang baril at pwede itong itapon kung wala nang bala.

- Makakapulot ang bida ng baril na may bala tuwing kinakailangan.

- Marunong at asintado sa baril ang leading lady kahit na hindi pa s'ya nakakahawak nito sa buong buhay n'ya.

- Kaya ng bida ang dalawampung tao sa bakbakan dahil hindi naman sila sumusugod nang sabay-sabay, laging isa-isa, parang nagsasayaw.

- Hindi tinatamaan ng bala ang bida kahit na tatlumpung tao ang bumabaril sa kanya, pero lahat sila tinatamaan n'ya.

- Tamaan man s'ya ng bala ay laging daplis lang... bawal

sa ulo o sa puso.

- Siyam ang buhay ng bida.

- Doble pa nito ang buhay ng leading lady.

- Kung mamamatay man ang isa sa kanila e makakapagsalita pa ito ng isang page na script bago malagutan ng hininga.

- Pagkatapos pakinggan ang farewell speech, titingala ang naulila at isisigaw ang pangalan ng namatay.

- Pero hindi lubusang nagiging ulila ang bida dahil kadalasan itong merong spare na partner.

- Huling darating ang maraming pulis at didiretso agad sila sa pag-aresto sa mga kalaban. Oo, parang may palatandaan sila kung sino ang mga kalaban... at wala silang pakialam sa bida, kahit na sangkot ito sa riot!

Pero kung inaakala mong riot ang mga pelikula natin, nagkakamali ka. Dahil mas lumalabas ang kakulangan natin sa iodized salt pagdating sa mga trivia game show sa TV. Mapa-Family Feud, The Weakest Link, o Gobingo, hindi pahuhuli sa pagalingan ang mga mamamayang Pilipino, lalo na kung mabilisan!

SET THE CLOCK....

HOST: Ano sa Ingles ang 'hinlalaki'?
CONTESTANT: Thumbmark

HOST: Ano ang ginagamit ng mga swimmers para bumilis ang kanilang paglangoy?
CONTESTANT: Fast shoes

HOST: Kung si Superman ay may Lois Lane, ano naman ang kay Robinhood?
CONTESTANT: Pana

HOST: Anong "S" ang inuupuan pagnakasakay sa kabayo?
CONTESTANT: Silya

HOST: Ano ang karaniwang hugis ng manibela?
CONTESTANT: Triangular

HOST: Hindi ito boob, hindi ito tube, pero tinatawag ng iba na boob tube. Ano ito?
CONTESTANT: Bra

HOST: Anong letra sa Pilipino alphabet ang nasa gitna ng "T" at "W" ?
CONTESTANT: U.V.

HOST: Ano sa Tagalog ang "No Loitering"?
CONTESTANT: Bawal Magkalat

HOST: Kelan ang pasko sa DAVAO?
CONTESTANT: Pass....

HOST: Anong tawag sa isdang hindi bilasa?
CONTESTANT: Tuyo

HOST: Ilan ang legs ng cartoon character na si Spiderman?
CONTESTANT: Eight

HOST: Ano'ng nationality ng sanggol na may amang Filipino Catholic at Protestanteng Ina?
CONTESTANT: American

HOST: Merong four seasons: winter, spring, summer, at fall. Kelan nahuhulog ang mga dahon?
CONTESTANT: Sa storm

HOST: Anong bukol ang makikita sa leeg ng mga lalaki?
CONTESTANT: Kiss mark

HOST: Ano ang kulay ng orange juice kapag nilagay sa blue na baso?
CONTESTANT: ...Violet

HOST: May dalawang baboy sa kulungan. Tumalon ang isa. Ilan ang paa ng isang baboy?
CONTESTANT: Dalawa pa rin

HOST: Anong malambot na bahagi sa ulo ng sanggol?
CONTESTANT: Batok

HOST: Ano ang ginagamit ng mga Eskimo sa halikan?
CONTESTANT: Dila

HOST: Magbigay ng bagay na ipini-pin sa damit.
CONTESTANT: Hairpin

HOST: Ano ang nagpapaalat sa itlog na maalat?
CONTESTANT: Puti

HOST: Ano ang tawag sa mga needle-like projections na nakasabit sa ceiling ng mga caves?
CONTESTANT: Ice pick

HOST: Sinong B.S. ang isa sa sumulat ng kantang "Evergreen"?
CONTESTANT: Bruce Springsteen

HOST: Ano ang tawag sa plastic na lalagyan ng basura?
CONTESTANT: Plastic bag na nilalagyan ng basura

HOST: Anong C ang paboritong kainin ng mga rabbit?
CONTESTANT: Cacamber

HOST: Ang urine ay liquid. True or false?
CONTESTANT: False

HOST: Ano ang system of Math na gumagamit ng symbols instead of numbers?
CONTESTANT: Umm... China?

HOST: Ano'ng ginawa ni Moses sa Red Sea?
CONTESTANT: Stop

HOST: What is the capital of the Philippines?
CONTESTANT: P

HOST: Anong klaseng sapatos ang gamit ng mga basketbolista?
CONTESTANT: Adidas

HOST: Ano sa Tagalog ang asul?
CONTESTANT: Blue

HOST: Sino ang pumatay kay David?
CONTESTANT: Goliath

HOST: Anong tawag sa taong walang suot sa paa?
CONTESTANT: Slipperless

HOST: Ano ang hugis ng bola ng basketball?
CONTESTANT: Oblong

HOST: Kung ang bulag ay blind, ano naman ang English ng pipi?
CONTESTANT: Walang salita

HOST: Anong sea creature ang kalahating kabayo at kalahating isda?
CONTESTANT: Syokoy

HOST: Ano ang nasa gitna ng donut?
CONTESTANT: Palaman

HOST: Yes or no--Ang salad dressing ba ay damit?
CONTESTANT: (sandaling nag-isip) YES!

HOST: Anong klaseng sasakyan ang inaayos sa hangar?
CONTESTANT: Sirang sasakyan

HOST: Ano ang nilalagay sa sewing machine?
CONTESTANT: Lagari?

HOST: Ilang taon meron sa isang leap year?
CONTESTANT: 365

HOST: Anong hayop ang di-nakakakita sa araw ngunit nakakakita sa dilim?

CONTESTANT: Flashlight

HOST: Ano ang tawag sa laro kung saan ang dalawang team ay naghihilahan sa isang lubid?
CONTESTANT: Tumbang-preso

HOST: Kung manicure sa kamay, ano ang sa paa?
CONTESTANT: Kuko

HOST: Ano ang isinusuot ng mga boksingero sa ulo nila bilang proteksyon?
CONTESTANT: Sumbrero

HOST: Ano ang tawag sa laman sa loob ng buto--marrow o muscle?
CONTESTANT: Karne

HOST: Para saan ang anti-dandruff shampoo?
CONTESTANT: Kuto

HOST: Ano'ng English ng amplaya?
CONTESTANT: Asparagus

HOST: Ilang metro mayroon sa 300 meters?
CONTESTANT: 3000

HOST: Anong sasakyan ang gamit sa "Tour de France"?
CONTESTANT: Kalesa

HOST: Ano ang kasunod ng kidlat?
CONTESTANT: Sunog

HOST: Saan matatagpuan ang Quebec?
CONTESTANT: Afghanistan

HOST: Ano ang communication device sa loob ng telephone booth?
CONTESTANT: Microphone

HOST: Tinuturo ang G-clef sa anong "M" na subject?
CONTESTANT: Mathematics

HOST: Anong uri ng halaman ang tumitiklop kapag ito'y nahawakan?
CONTESTANT: Hiya-hiya

HOST: Ano ang itlog na ayon sa iba, nakakapagpatigas ng tuhod?
CONTESTANT: Tama!

HOST: Ilang araw ang Misa de Gallo?
CONTESTANT: 16

HOST: Ano ang isinusuot ng taong walang buhok?
CONTESTANT: Kalbo

HOST: Si Superman ang lalaki. Sino ang babae?
CONTESTANT: Darna

HOST: Ano ang karaniwang ginagamit na pagkain na kasabay ng Kare-kare?
CONTESTANT: Dried fish

HOST: Anong zip ang ginagamit sa pagbukas ng pantalon?
CONTESTANT: Pagbukas ng bag

HOST: Sa anong letter nagtatapos ang salitang "naive"?
CONTESTANT: H

HOST: Anong "D" ang first word sa first stanza ng Jingle Bells?
CONTESTANT: Dyingel?

HOST: Anong "H" ang tawag sa taong nag-iisa?
CONTESTANT: Home Alone

HOST: Sa anong bansa nakatira ang mga Hindu?
CONTESTANT: Hindunesia

HOST: Ano ang tawag sa bala ng gluegun?
CONTESTANT: Bullet

HOST: Anong klase ng damo ang ginagamit na pantuhog sa lechong baboy?
CONTESTANT: Apple

HOST: Ano ang ingay ng tandang?
CONTESTANT: Kokak

HOST: Kung ang ubo ay sa bibig, ano naman ang sa ilong?
CONTESTANT: Vicks

HOST: Ano ang mas malaki, itlog ng pugo o sanggol ng tao?
CONTESTANT: Itlog ng pugo

HOST: Ano ang kulay ng strawberry?
CONTESTANT: Ube

HOST: Anong klaseng animal ang Afghan Hound?
CONTESTANT: Afghanistan

HOST: Sino ang american president na nagkapolyo

noong 1920's?
CONTESTANT: Apolinario Mabini

Ang mga Pinoy talaga... makakita lang ng camera, nakakalimot na sa sarili. Tignan mo na lang ang mga tao sa balita sa TV, kahit nilapa na ng sunog o tinangay ng bagyo at baha ang bahay nila, kakaway at ngingiti pa rin sa camera... minsan magtutulakan pa! Showbiz.

Hindi nalalayo dito, ang pagpapahayag ng totoong saloobin ay isa pang problema nating mga Pilipino. Dahil sa Pinas, kung ano man ang gusto mong sabihin ay kailangang sabihin sa English, para manatili kang cool, tulad na lang ng sulat na napulot daw sa isang bar sa Malate at ngayon ay pinagpapasa-pasahan sa Internet.

Marjie,

I am not surprise or wander why Dennis leave you.

Why?

What reason you can think about but you're very fat body. I thought before that Dennis only use me to his toy but sooner and later I'm realize that he really can't not beared or stomached to be with you anymore because at first,Dennis say he could not stand you're habit of making pakialam all his walks [lakad] and always calling to their house what he go home or this or that and then he say he get ashame to met iether in school or in his family and then asking you to exercise you're very very,very fat body but you hate it thoughth your the most preetiest girls he knows about what do you think you are "Beautiful Girl " of Jose Marie Chan even you are beautiful face to your think) you do not have the right to called me whatsoever or else different name one time or the other for the real purposed to insults my personality because I'm never call you names iether in the front of Dennis or in the backs of Dennis, but if you start already to calling me different name, I don't have any other choice but to call you other different name to like you are a PIG, FAT, OBESSED, OVERWIGHT, AND UGLY SHAPE girl. Shame to you're body that is to a BUDING. You can't not blame Dennis for exchanging you to me because I am the more sexier than you when you look to us in the mirror. I'm repeat again that you are like Ike Lozada when she is a girl.

FROM: THE SEXIEST GIRL OF D.M.

P.S. You say that I'm the bad breathe but who is Dennis want to kissed. Me or you? You or me? And the final is me.

Sa ganito nag-umpisa ang Bobong Pinoy. Interesante kasing isipin ang mga kahinaan natin na nakakakiliti kung tutuusin. Hindi man naging pinaka-maunlad na bansa ang Pilipinas, minsan namang nakilala ang mga Pilipino bilang pinakamasayahing lahi sa buong mundo. Pero bobo nga ba ang

Pinoy? Sa tingin ko e hindi. Siguro talagang medyo hirap lang tayo minsan magpahayag ng gusto nating sabihin.

- Notice sa isang Megalink ATM: "OOF LINE"
- Sa billboard ng isang motel: "Affordable, Clean, and Convenience"
- Sa isang pader sa Laloma: "Huli ihi, putol titi."
- Sa isang self-service restaurant sa Cebu: "Please help our comfort room clean."
- Sa isang highway sa Pampanga: "We Make Modern & Antique Furniture."
- Sa delivery truck: "NOT FOR HERE"
- Sa isang pabagsak nang pader sa Libis, QC.: "Danger Wall is Falling!"
- Sa isang pader: "Marunong ka bang KUMAHOL? Aso lang ang umiihi dito!"
- Sign ng PLDT: "SLOW MEN AT WORK"
- "Welcome to the Philippines-The Only Catholic Country in Asia!" sa ilalim nito: "BEWARE OF PICKPOCKETS"
- Sa isang building sa Cebu: "Atty. Domingo Carriedo, Notary Public. Tumatanggap din ho ng labada tuwing Linggo."
- Sa dating Blumentritt branch: "Far East Bank and _rust Company"
- Sa grocery sa Baguio: "Fresh Frozen Chicken Sold Here"
- Sa isang bahay na katabi ng auto repair shop: "No parking and repair here."
- Sign sa PHILCOA: "No Crossing Pedestrians will be apprehended."
- "Sorry for the incovenient. Your taxes is working for you."
- Sa Baguio Country Club: "Temporary close"

- Sa Cubao: "None ID Nothing Entry"
- Vandalism sa bus: "Boy and Marcy, that's are friends"
- Parking lot: "Taxi and outside cars not allowed."
- Sa isang construction site: "now showing-the carpenters."
- Sa isa pang construction site: "Erection going on."
- Sign sa jeep: "Lunita"
- Banko sa Timog Avenue: "No parking for customers only."
- Office clinic sa Sta. Cruz: "Dr. Sakim A. Morge, M.D."
- Sa kariton ng nagtitinda ng mani: "Pasalobong"
- Sa Luneta Boulevard: "BAWAL TUMAE SA BULEVARD"
- Sa mga jeep at bus: "Before pay, tell where get the on before get the off," "Full string to stop driver," "God knows Hudas not pay," "For reckless driving, call ###-#####," "Don't close to me, close to God."
- Flower shop sa Rizal Avenue: "We sell artificial fresh flowers"
- Sa bintana ng isang restaurant sa Baguio: "Wanted: Boy Waitress"
- Kalye sa San Juan: "Bawal magtapon ng binalot na tae rito"
- Sign sa isang newspaper stand: "HUWAG BULATLATIN KUNG HINDI BIBILI!"
- Tag sa Divisoria: "Ponkan for sale at P5.00 per each."
- Sa lumang pader sa Sampaloc: "matapang lang ang umiihi dito"
- Sa isang repair site na walang mga trabahador: "Your taxes is working for you"
- Kainan sa Chinatown: "Le Ching Tea House"
- Isa pang pamatay na kainan: "DETH'S Eatery"
- Sa computer shop sa Quirino: "CD to VCD conversion"
- Sa construction site sa Mandaluyong: "BAWAL

OMEHI DITO. ANG MAHOLI BOG-BOG"

- Kainan sa Cebu: "we hab sopdrink in can and in BATOL"
- Sa Rizal Ave: "We buy gift checks and all kinds"
- "NAGKAKASAL" sign sa harap ng isang bilyaran
- Sa Novaliches: "Jhun Radiator Rifair Shop"
- Sa Bulacan: "We repair electric fun"
- Vacant lot malapit sa Makati Avenue: "DON'T PARKING"
- Sa San Andres: "NO URINATING, on the over WALLS"
- Sa isang kumbento: "2nd Floor Upstairs"
- Entrance sa NBI: "ENTRANCE, Pinoy huwag matigas ang ulo"
- Exit sa NBI: "EXIT, hindi to C.R., putol titi"

Nakakaaliw, nakakabaliw. Sa isang araw ng paglalakad mo sa mga kalsada natin, hindi pwedeng wala kang kakatwang makita na pag-uumpisahan nang masayang kwentuhan. Kaya lang minsan e may nakikita ka ring mga sign na medyo ikakakamot mo na rin ng ulo. Yun tipo bang, "nakakatawa pa ba 'to?"

BAWAL MANIGARILYO
(katabi: mga upos ng sigarilyo)

BAWAL MAG-PARK
(katabi: pitong kotse)

BAWAL ANG NAKA-TSINELAS O NAKA-SANDO
(katabi: lalakeng walang t-shirt) ·

BAWAL ANG ISTAMBAY
(katabi: isang barkada)

NO LITTERING
(katabi: Metro Aide na nagwawalis ng santambak na balat ng Mentos)

NO VENDORS
(katabi: tiangge)

BAWAL MAG-TELEBABAD
(katabi: babaeng umuusok ang tenga, at mahabang pila ng mga gustong gumamit ng pay phone)

BAWAL TUMAWID
(katabi: mag-inang tumityempo)

BAWAL UMIHI
(katabi: tao at asong sabay na lumalabag)

BAWAL MAGTAPON NG BA(SURA)
(hindi na mabasa yung "sura" dahil sa gabundok na basura)

Isang araw sa Amerika, nagpagupit ang tindero ng bulaklak sa isang barberya. Pagkatapos n'yang magupitan, nagbayad s'ya pero hindi ito tinanggap ng barbero. "Salamat ho, pero hindi ako nagpapabayad... community service 'to," sabi ng barbero. Natuwa ang tindero at nilisan ang shop. Noong sumunod na araw pagbukas ng barberya, nakita ng barbero sa pintuan ang Thank You note at isang dosenang bulaklak.

Noong araw ding 'yon, isang pulis naman ang nagpagupit, pero hindi rin tinanggap ng barbero ang bayad nito. "Salamat ho, pero hindi ako nagpapabayad... community service 'to," sabi ng barbero. Natuwa ang pulis at nilisan ang shop. Noong sumunod na araw pagbukas ng barberya, nakita ng barbero sa pintuan ang Thank You note at isang dosenang donut.

Isang Pilipinong software engineer ang nagpagupit nung araw na 'yon. Gaya ng dati, hindi rin tinanggap ng barbero ang bayad nito. "Salamat ho, pero hindi ako nagpapabayad... community service 'to." Natuwa ang Pilipinong Software Engineer at umalis na sa shop. Pagdating ng barbero sa shop kinabukasan, nakita n'ya sa pintuan ang isang dosenang Pilipino na naghihintay ng libreng gupit.

Pagkatapos ng pagpapasabog na nangyari sa World Trade Center sa Amerika, naikumpara ng isang miyembro ng BP discussion group ang posibleng maging kaso ng Pilipinas. Isina-Tagalog, eto ang sabi ni bigboy_efren:

> May posibilidad bang maging target tayo ng mga terorista? Pagkatapos ng trahedyang nangyari sa New York at Washington, lumalabas ang katanungan: ANONG MANGYAYARI KUNG INATAKE ANG PILIPINAS?
>
> Kung mangyayari 'yon, iba ang kalalabasan. Dahil sa Pilipinas, mas handa tayo sa mga ganitong klase ng pag-atake.

1. Wala tayong gaanong matataas na building. Ang pwede lang targetin sa atin mula sa itaas ay ang monumento ni Marcos sa Ilocos, at ayos lang kung pasasabugin 'yon ng mga terorista.

2. Lagi tayong late dumating sa trabaho tuwing umaga, lalo na yung mga government employees. Kaya walang gaanong taong mapapahamak pag 8:45 pa lang ng umaga. (Kahit pa nga alas-diyes!)

3. Gagawin ng mga pulis at bumbero ang lahat wag lang makarating sa oras sa pinangyarihan ng insidente. Darating lang sila doon pag talagang tapos na ang lahat, kaya walang mamamatay sa kanila.

4. Siguradong masisira ang plano ng mga terorista dahil sa pagiging delayed lagi ng mga eroplano natin. Kung hindi man e baka masira at mag-crash din ang mga sinasakyan nila bago pa sila makarating sa target.

5. Hindi gagamitin ng Pinoy ang cellphone para tumawag sa mga mahal sa buhay. Ipupukpok n'ya ito sa ulo ng terorista.

6. Kung isang taon nang nanirahan dito ang terorista, malamang nanakawan na s'ya o na-molestiya nang maraming beses. Susuko kaagad 'yon at uuwi na lang sa kanila.

7. Sa Maynila, hindi basta-basta magkakaroon ng flight manual ang terorista. Kailangan nila 'yong bilhin. Dahil dito sa Pilipinas... lagi tayong handa!

Nakakalungkot ang pangyayari sa Amerika noong September 11, 2001, pero doon din e ipinakita nila kung anong klaseng bansa meron sila. Sa kabila ng mga napulbos na higanteng building, tinawag ng Fox ang news coverage nila bilang "America United," samantalang "America Rising" naman ang sa CBS. Sabi nga ng tanyag na psychologist na si Phil McGraw, "We have been galvanized, not defragmented." Totoong buong-buo ang Amerika, dahil kahit mga magkakalabang partido sa gobyerno noon ay nagkaisa. Samantalang dito sa atin, wala man rebentador na pumutok nung araw na 'yon, ay abalang-abala ang media sa mga kwentong Nostradamus at katapusan ng mundo.

PAMPATIGAS!

Familiar ba? Kung nakabasa ka na ng ganitong patalastas, malamang nakapagbukas ka na rin ng tabloid. Minsan habang papasakay ako sa LRT, nakita ko ang binabasa ng katabi ko. Madaling magbasa dahil pula at malalaki ang letra:

"AKTRES, MAITIM ANG KUYUKOT"

Inisip ko ngayon, ano ba ang ibig sabihin ng kuyukot? Alam kong parte 'yon ng katawan, pero gusto kong malaman kung ano talaga. Buong araw akong nag-isip sa trabaho. Hanggang sa pag-uwi sa bahay, tanong ako nang tanong sa mga tao. Doon ko lang nalaman, ang kuyukot pala ay bahagi ng katawan ng tao na hindi nasisinagan ng araw at hindi pwedeng kamutin sa publiko!

'Alang hiya, isipin mo, doon pala tungkol yung balitang 'yon.

TRIBUNE
BUSINESS
Stocks hit all time high
7810; KONIA'S NEW WONDER PHONE
In the Pocket
MGA SAGING, LUMILIPAD!
BOSO
3 PULIS
PATAY
SUGATAN

"Hmmm...."

Sa laki ng letra e iisipin mong napaka-importanteng balita tulad ng "Pilipinas, industrialized country na," o "Olympics 2012, Manila," o "Jolina, may bagong pelikula."

Artistang may maitim na kuyukot... nakakaawa naman yung mga punong ginawang papel para lang sulatan ng ganyang impormasyon. Ano ba kinalaman sa buhay ng mga Pilipino kung sakaling maitim nga yung kuyukot ng aktres na 'yon? Kailangan bang isuspinde ang klase? Makakatulong ba 'yon sa OFWs? Dadami ba ang ani ng mga magsasaka natin?

Pero anong klaseng balita pa nga naman ba ang maaasahan mo sa dyaryong may mga malalaking litrato ng hubong babae sa front page, kung saan ang nipples e nilalagyan lang ng dalawang maliliit na asterisk bilang censorship? Idagdag mo pa d'yan ang mga maiinit na balitang gaya ng:

- Sinaksak dahil sa tinidor
- Buntis, na-litson sa sunog
- Nene, pinilahan ng limang tambay
- Security guard, ginawang pulutan
- Bading, dinedo sa parlor
- Apo, ikinama ni lolo
- 240 dedbol sa dengue
- Manananggal, lumapa ng bata
- Super Lindol, darating na
- Madre, ni-rape ng addict

Sa mga nakakatawa at di gaanong nakakatawang bahagi ng

karaniwang pamumuhay ng mga Pilipino, minsan hindi natin maiwasang isipin: Ano nga ba ang tingin sa atin ng mga taga-ibang bansa? Nakita ko ang sagot sa isang website sa Internet.

Youre a Filipino if...

you nail all photographs on your walls in the living room
you have a very good sense of mañana habit
you smoke in your house
you put up your knee while eating
you eat kanin and ulam using your (bare) hand
you say "Comfort Room" instead of "Restroom"
you say "Take out" instead of "To go"
you point with your lips
you say "open" or "close" the lights
you nod upwards to greet someone
you or someone you know is nicknamed "boy"
you say "Canteen" instead of cafeteria
you eat under-developed duck eggs.
you call it a "ballpoint" or "ballpen," not a "pen"
you pronounce the word ALREADY as OLREYDI
you say "kodakan," instead of take pictures
you do "mano po" to older people in the house you're about to enter
you refer to your refrigerator as "pridyider"
your grandma smiles and her teeth are all red because of "nga-nga"
you say "pliers" when you meant "fliers"
you say "bitch" when you meant "beach"
you pronounce "hippopatamus" and "comfortable" in a funny way
you say "Boose" for "bus"
you have a Last Supper quilt tacked on your dining wall

your "walking doll" is still new even though it was bought years ago because your mom kept it in the china cabinet and never let you play with it
you hang a rosary on the rear view mirror of your car
you have a Santo Niño shrine in your living room
you have an out of tune piano that nobody in the family ever learned to play
you say chok-o-late
you have a "Weapons of Morroland" shield
you didn't hear or understand something and your first expression is "HA?".
you are chismosa
you're standing next to big boxes at the airport.
you say 'hoy' to get someone's attention
you like peanut butter with chocolate
you make "para!" on a bus
your car chirps like a bird when it's in reverse
you turn around when you hear somebody say "psssst."
you have a "barrel man" in your house (you know... the wooden man, when you lift up the barrel--schwing!!!)
you wash your clothes by hand
you instinctively grab a toothpick after a meal
you order the longganisa meal on a PAL Balikbayan flight
you laugh seeing somebody slip
you smile/grin a lot even for no reason
you sit by squatting down and leaning your elbows on your knees
you use a bolo to cut the grass in the yard
you have power failures every day at the same time that you can set your watch to
you own both a rice cooker and an airpot
you refer to "Accent" and all other forms of monosodium glutamate as "Ajinomoto"
you say "kutex" instead of "nail polish"

you're the plane passenger with the largest hand-carry luggage
you scratch your head when you don't know what you're doing
you say "ano" this and "ano" that
you put your hands together and point them in the direction you are walking to pass between other people
you say that everybody is your cousin/niece/nephew/aunt/uncle....
you have a big Buddha at home for good luck (not the serene Buddha like what the Thais have, but the big, fat, laughing one with those pesky little kids crawling all over him)
you bring a "baon" to work everyday
you use walis tambo and walis ting-ting
your ice cold beer really has ice cubes in it
you have a parol hanging outside your house during the Christmas holidays
you eat rice for breakfast, lunch, and dinner
you fire your gun like crazy on New Year's Eve
you drive a jeep with your family name written on the back
you put a little bowl of patis on the table for dipping, and your guests complain, "Who farted?"
you cover your living room furniture with bed sheets
you have toyo circles on your table cloths
you eat balut and wash it down with beer to bulk up
you wash and reuse disposable styrofoam cups, forks, and spoons and cover paper plates with waxed paper so you can reuse it

Hindi ko alam kung ibang lahi yung sumulat ng nasa itaas o Pilipinong lumaki sa ibang bansa. Pero malinaw na hindi lahat ng nailista n'ya e tama. Ang iba doon e sadyang dala na lang siguro ng pagkamangha o ng kamangmangan. Pero tanggapin man natin o hindi, tama man o mali, hindi natin kontrolado ang opinion ng ibang tao tungkol sa atin. Eto ang isa pang obserbasyon ng isang puti sa mga Joe na nagpakasal sa mga Maria:

You might be married to a Filipina if...

1. Your refrigerator is always full but you cannot find any food that you recognize.
2. Instead of a dowry, you got the whole bill for the wedding and honeymoon.
3. Most of the decorations in your house are made of wicker.
4. You are expected to be able to read her mind just by watching her eyebrows move up and down and which way her lips are pointed.
5. All her relatives think your name is Joe.
6. The instant you are married, you have 3000 new close relatives that you can't tell apart.
7. Your house isn't really on fire, but there is a very charred fish right on top of the stove burner.
8. All the desserts are sticky and all the snacks are salty.
9. She eats her fruit with giant salt crystals and her fried chicken with ketchup.
10. Even the ketchup tastes weird... very weird.
11. You throw a party and everyone is fighting to chop the leathery skin off a dead pig.
12. All your kids have 4-5 middle names.
13. Your in-laws take 10 years to acknowledge your existence and to call you by something other than

"that white guy".

14. You try to call her up on the phone and someone tells you "for a while" and you want to know "for a while, what??"
15. Your phone bills are all international and average 3 hours per call.
16. She sweeps with something that witches usually fly around on.
17. The rice cooker is on 24 hours a day and uses up 50% of your electric and food budget.
18. On your first trip to the Philippines, you have 18 giant boxes that weigh 1000 pounds each and your "carry on" luggage requires a small forklift truck.
19. The same luggage is over filled with things that cost an average of 15 cents each like old magazines and M&Ms--the worst part is when you get off the plane, the same stuff you've been hauling around half way around the world is available in every store in the airport for half the price!
20. All her pajamas look like they were worn by the Dalai Lama until they got too faded.
21. The first time she's pregnant you have to go out at 4:00 in the morning looking for some weird type of greasy sausages, green mangoes and bagoong.
22. You buy a new $500 freezer so she can store 200 pounds of SPAM and CORNED BEEF that was on sale.
23. Everything in your house was bought on sale, even if you don't need it. As long as it was a "bargain" is all that matters.
24. She gets really excited by sucking the fat out of pig knees.
25. Your daughter gets her ears pierced when she's 2 minutes old but your sons are not circumcised until they turn 21.

26. All your postage bills instantly double.
27. You hire a yaya because your wife thinks you clean mirrors with soap and a sponge and the yaya seems cheaper than a divorce.
28. Her favorite sauce is called patis, Americans call it turpentine.
29. She actually thinks that bowling and golf and billiards are real sports and are more important than baseball and football.
30. She prefers bistek to beef steak.
31. Her idea of new upholstery is rinsing the bagoong stains out of the slip covers.
32. She can eat and talk at the same time, in fact that's her specialty!
33. Her favorite meal is leftovers, her favorite fancy dessert is Jello mold and for something REALLY romantic, she'll offer you a halo-halo with 2 straws.
34. You still don't know what's the difference between manong and manok.
35. She and the kids are always saying "Daddy made utot" and you still don't know what it means but they think it's pretty funny.
36. Other than eyebrow raising and lip puckering, her next most expressive form of communication is grunts and pssst's.
37. Her homeland has more Megamalls than islands.
38. Before every holiday and visit, her sisters fax you a 10 page "bilin" list which says "suggestion only".
39. Your kitchen table has a merry-go-round in the middle.
40. All the vegetables she buys at the Filipino store look like they were grown at Chernobyl.
41. Your in-law's first visit lasted 5 years.
42. Her friends are named Chinky, Girlie, Boy, and Bimbo and you are not allowed to smirk.

43. Her home economics course only taught shopping, eating, and siesta; cooking, cleaning and sewing were not electives.
44. Her idea of edifying reading is gossip magazines.
45. All your place settings has the silverware backwards and there are no knives.
46. She washes her hair with a bucket and her car with a broom.
47. She uses an umbrella even if it's not raining.
48. Her favorite book (she has 3 copies) is "1001 New Recipes for Pig Parts You Were Gonna Throw Out."
49. You are the only family in a 200 mile radius with 2 VCRs, 3 televisions.
50. She's done her best job planning a surprise party for you if she manages not to tell you about it until a week or two before.
51. She "cleans" her closet by throwing all the crap into your closet.
52. AND LAST BUT NOT LEAST: you are pretty proud of yourself because you think you snagged up for yourself some unique, rare, tropical goddess-type until you go to the Philippines and can't tell her apart from anyone else in the whole country (unless she's taller than 5'1", then it's a bit easier).

Binanggit ng author ng listahan sa itaas na ang isinulat n'ya ay katuwaan lang at walang intensyong masama. (Sino yung author? Ewan, walang pangalan!) Pero kung obserbasyon sa kulturang Pilipino ang pag-uusapan, wala na yatang mas interesante pa sa mga sikat na articles ni Matthew Sutherland na umiikot ngayon sa Internet. Umpisahan natin sa pagkain.

A Matter of Taste
Matthew Sutherland

I have now been in this country for over six years, and consider myself in most respects well-assimilated. However, there is one key step on the road to full assimilation which I have yet to take, and that's to eat balut.

The day any of you sees me eating balut, please call immigration and ask them to issue me a Filipino passport. Because at that point there will be no turning back. Balut, for those still blissfully ignorant non-Pinoys out there, it is a fertilized duck egg. It is commonly sold with salt in a piece of newspaper, much like English fish and chips, by street vendors--usually after dark, presumably so you can't see how it is. It's meant to be an aphrodisiac, although I can't imagine anything more likely to dispel sexual desire than crunching on a partially-formed baby duck swimming in noxious fluid.

The embryo in the egg comes in varying stages of development, but basically it is not considered macho to eat one without fully discernable feathers, beak, and claws. Some say these crunchy bits are the best. Others prefer just to drink the so-called 'soup', the vile, pungent liquid that surrounds the dead duck fetus. I have to go and throw up now. I'll be back in a minute.

Food dominates the life of the Filipino. People here

just love to eat. They eat at least eight times a day. These eight official meals are called, in order: breakfast, snacks, lunch, merienda, pica-pica, pulutan, dinner, and no-one-saw-me-take-that-cookie-from-the-fridge so-it-doesn't-count. The short gaps in between these mealtimes are spent eating Sky Flakes from the open packet that sits on every desktop. You're never far from food in the Philippines.

If you doubt this, next time you're driving home from work, try this game. See how long you can drive without seeing food--and I don't mean a distant restaurant, or a picture of food. I mean a man on the sidewalk frying fishballs, or a man walking through the traffic selling nuts or candy. I bet it's less than one minute.

Here are some other things I've noticed about food in the Philippines. Firstly, a meal is not a meal without rice--even breakfast. In the UK, I could go a whole year without eating rice.

Second, it's impossible to drink without eating. A bottle of San Miguel just isn't the same without gambas or beef tapa.

Third, no one ventures more than two paces from their house without baon and a container of something cold to drink. You might as well ask a Filipino to leave home without his pants on.

And lastly, where I come from, you eat with a knife and fork. Here, you eat with a spoon and fork. You try eating rice swimming in sauce with a knife.

One really nice thing about Filipino food culture is that people always ask you to share their food. In my office, if you catch anyone attacking their baon, they will always go: "Sir! Kain tayo!" ("Let's eat!") This confused me, until I realized that they didn't actually expect me to sit down and start munching on their boneless bangus. In fact, the polite response is something like, "No thanks, I just ate."

But the principle is sound--if you have food on your plate, you are expected to share it, however hungry you are, with those who may be even hungrier. I think that's great. In fact, this is frequently even taken one step further. Many Filipinos use "Have you eaten yet?"("Kumain ka na?") as a general greeting, irrespective of time of day or location.

Some foreigners think Filipino food is fairly dull compared to other Asian cuisines. Actually lots of it is very good: spicy dishes like Bicol Express (strange, a dish named after a train); anything cooked in coconut milk; anything kinilaw; and anything adobo.

And it's hard to beat the sheer wanton, cholesterholic frenzy of a good old-fashioned lechon de leche feast. Dig a pit, light a fire, add 50 pounds of animal fat on a stick, and cook until crisp. Mmm, mmm... you can actually feel your arteries constricting with each successive mouthful.

I also share one key Pinoy trait--a sweet tooth. I am thus the only foreigner I know who does not complain about sweet bread, sweet burgers, sweet spaghetti, sweet banana ketchup, and so on. I am a man who likes to put jam on his pizza. Try it!

It's the weird food you want to avoid. In addition to duck fetus in the half-shell, items to avoid in the Philippines include pig's blood soup (dinuguan); bull's testicle soup (the strangely-named "soup number five"- I dread to think what numbers one through four are); and the ubiquitous, stinky shrimp paste, bagoong, and its equally stinky sister, patis. Filipinos are so addicted to these latter items that they will even risk arrest or deportation trying to smuggle them into countries like Australia and the USA, which wisely ban the importation of items you can smell from more than 100 paces.

Then there's the small matter of the blue ice cream. I have never been able to get my brain around eating blue food; the ubiquitous ube leaves me cold. And lastly on the subject of weird food, beware: that kalderetang kambing could well be kalderetang aso...

The Filipino, of course, has a well-developed sense of food humor. Here's a typical Pinoy food joke: "I'm on a seafood diet." "What's a seafood diet?" " When I see food, I eat it!" Filipinos also eat strange bits of animals--the feet, the head, the guts, etc., usually barbecued on a stick. These have been given witty names, like "Adidas" (chickens' feet); "kurbata" (either just chicken's neck, or "neck and thigh" as in "neck-tie"); "Walkman" (pigs ears); "PAL" (chicken wings); "helmet" (chicken heads); "IUD" (chicken intestines), and "Betamax" (video-cassette-like blocks of animal blood). Yum, yum.

Bon appetit.

Kung makakahirit ang Pinoy, hihirit ito. Kung palagay n'yang nasaling ang pagkatao n'ya, ipagtatanggol n'ya ang sarili. Kung sa tingin n'yang ginawang katawa-tawa ang kultura n'ya, gagawin n'ya ang katulad ng ginawa ni Mack bilang sagot sa article sa itaas.

Unjust Portrayal of Some Filipino Foods
Mack P. Magno

I have been away from the Philippines since age 6 and I'm now in my forties. I went back to the Philippines with my Canadian 'Barok' who is 21 years old. I told him that for him to be a Filipino he has to eat BALUT. After he downed it with a gulp of San Miguel beer, he indicated that there is nothing to it. Just like any other egg, just a bit gritty. I believe it was due to the gelatinous beak, etc. So I dont believe that to go and throw up is a just picture of a BALUT aftermath. To say that you have to go throw up is childish and brutal, especially in a Filipino web page. He has just spat in my face and I take it as an insult.

The picture he painted as going through a whole year in the UK without eating rice, is, as much a fact for me as going through a whole year without bread or kidney pie. I could go on to say that I would rather not have head cheese (gelatinous concoction of pig snout and ears and whatever) which is popular in UK or in Europe. I pity Matthew for not trying other oriental delicacies. For had he tried some other country's delicacies, he would have found out that not only the Philippines use Bagoong and Patis. These Fish sauce and salted anchovies are available all over the word and even Knorr has them in their condiment offerings. Stinky as they maybe, I still have to place them behind chocolate covered ant eggs or chocolate covered grasshoppers, all sold at UK department stores.

The UBE ice cream is a select ice cream in Canada. Does he not drink grape juice or eat grape candy? I wonder if it would be acceptable to Matthew if they colored it red or green like Pistachio. It was only in the western world and Europe that I have seen people lick their fingers while eating ice cream. In Australia, New Zealand and other so called food frontiers, sheep (lamb) is a delicacy, as would be goat for the Greeks. Venison and horse meat are also alternative meats in Canada, as well as moose and elk. Why is Tilsit cheese so popular, even though it is more stinky than the durian fruit? The lowly dog, however, is not my own delicacy. But in Korea and elsewhere, these animals are raised in farm for the purpose of providing meat for food. Not the kind you would call strays. What does India say to the UK when the Limeys eat beef? The Hindus revere the cows and would not eat them. Should I tell Matthew what the wieners (known as Hot Dogs) are made from? I bet he would not eat them and would go throw up. I grew up near the Oscar Meyer plant in Davenport, Iowa and I would not recommend for somebody to open his windows when the plant lets out the steam.

The Chinese and other ethnic groups in the Orient use all chicken parts for food, even the head complete with the beak, and even the legs. Those parts that are boney are used to make soup. I was able to find these chicken parts in a Chinese, Vietnamese, Japanese and Korean Dim Sum.

My 'Barok' has learned well to eat with a knife and fork, spoon for soup, as the western world does. In the Philippines when he visited, he was offered all three items, placed on the table setting. He said the knife was only used for spreading cheese or jam, as the food is tender enough to be separated or cut by the combination of fork and spoon and picked up by either.

I travel extensively all over the world and I have experienced food in every other country, whether served in the finest china or on lily leaves, from Paris to the Mayan settlements in the Yucatan peninsula. I have yet to criticize any food. They may not be on the top of my list, but bear in mind that these foods are on the top of the cook's list.

In summary, I pity Matthew for not having the opportunity to sample more of the Filipino delicacies, or any country's for that matter, without having negative thoughts. I believe that had he not had prior knowledge of what a particular food is made from, or had his eyes been covered, he would have enjoyed these delicacies. To make a sham of Filipino delicacies is not only morally upsetting, but shows how shallow his experience is regarding foods of other countries.

Ang mga palitan ng kuro-kurong tulad nito ay isa lang sa mga bagay na pinagpi-piyestahan sa Bobong Pinoy. Sa ganitong paraan mas nakikilala ng Pilipino ang sarili n'ya. Sa tulong ng opinyon ng mga hindi Pilipino o lumaki sa Pilipinas, naglalabasan ang mga interesanteng usapin na hindi natin laging napapansin. Eto ulit si Matthew, tungkol naman sa mga pangalan ng Pinoy.

A Rhose by Any Other Name
by Matthew Sutherland, expat

When I arrived in the Philippines from the UK six years ago, one of the first cultural differences to strike me was names. The subject has provided a continuing source of amazement and amusement eversince. The first unusual thing, from an English perspective, is that everyone here has a nickname. In the staid and boring United Kingdom, we have nicknames in kindergarten, but when we move into adulthood we tend, I am glad to say, to lose them.

The second thing that struck me is that Philippine names for both girls and boys tend to be what we in the UK would regard as overbearingly cutesy for anyone over about five. "Fifty-five-year-olds with names that sound like five-year-olds," as one colleague put it. Where I come from, a boy with a nickname like Boy Blue or Honey Boy would be beaten to death at school by pre-adolescent bullies, and never make it to adulthood. So, probably, would girls with names like Babes, Lovely, Precious, Peachy, or Apples. Yuk, ech ech. Here, however, no one bats an eyelid.

Then I noticed how many people have what I have

come to call "doorbell names". These are nicknames that sound like-well, doorbells. There are millions of them. Bing, Bong, Ding, and Dong are some of the more common. They can be, and frequently are, used in even more doorbell-like combinations such as Bing-Bong, Ding-Dong, Ting-Ting, and so on. Even our newly-appointed chief of police has a doorbell name-Ping.

None of these doorbell names exist where I come from, and hence sound unusually amusing to my untutored foreign ear. Someone once told me that one of the Bings, when asked why he was called Bing, replied "because my brother is called Bong." Faultless logic. Dong, of course, is a particularly funny one for me, as where I come from "dong" is a slang word for a well, perhaps "talong" is the best Tagalog equivalent.

Repeating names was another novelty to me, having never before encountered people with names like Len-Len, Let-Let, Mai-Mai, or Ning-Ning. The secretary I inherited on my arrival had an unusual one: Leck-Leck. Such names are then frequently further refined by using the "squared" symbol, as in Len2 or Mai2. This had me very confused for a while.

Then there is the trend for parents to stick to a theme when naming their children. This can be as simple as making them all begin with the same letter, as in Jun, Jimmy, Janice, and Joy. More imaginative parents shoot for more sophisticated forms of assonance or rhyme, as in Biboy, Boboy, Buboy, Baboy (notice the names get worse the more kids there are--best to be born early or you could end up being a Baboy). Even better, parents can create whole families of, say, desserts (Apple Pie, Cherry Pie, Honey Pie) or flowers (Rose, Daffodil, Tulip). The main advantage of such combinations is that they look great painted across your trunk if you're a cab driver. That's another thing I'd never seen before coming to Manila-taxis with the driver's kids' names on the trunk.

Another whole eye-opening field for the foreign visitor is the phenomenon of the "composite" name. This includes names like Jejomar (for Jesus, Joseph and Mary), and the remarkable Luzviminda (for Luzon, Visayas and Mindanao, believe it or not). That's a bit like me being called something like "Engscowani" (for England, Scotland, Wales and Northern Ireland). Between you and me, I'm glad I'm not.

And how could I forget to mention the fabulous concept of the randomly-inserted letter 'h'. Quite what this device is supposed to achieve, I have not yet figured out, but I think it is designed to give a touch of class to an otherwise only averagely weird name. It results in creations like Jhun, Lhenn, Ghemma, and Jhimmy. Or how about Jhun-Jhun (Jhun2)?

There is also a whole separate field of name games--those where the parents have exhibited a creative sense of humor on purpose. I once had my house in London painted by a Czechoslovakian decorator by the name of Peter Peter. I could never figure out if his parents had a fantastic sense of humor or no imagination at all--it had to be one or the other. But here in the Philippines, wonderful imagination and humor is often applied to the naming process, particularly, it seems, in the Chinese community. My favourites include Bach

Johann Sebastian; Edgar Allan Pe; Jonathan Livingston Sy; Magic Chiongson, Chica Go, and my girlfriend's very own sister, Van Go. I am assured these are real people, although I've only met two of them. I hope they don't mind being mentioned here.

How boring to come from a country like the UK full of people with names like John Smith. How wonderful to come from a country where imagination and exoticism rule the world of names. Even the towns here have weird names; my favorite is the unbelieveably-named town of Sexmoan (ironically close to Olongapo and Angeles). Where else in the world could that really be true? Where else in the world could the head of the Church really be called Cardinal Sin? Where else in the world could Angel, Gigi and Mandy be grown-up men? Where else could you go through adult life unembarrassed and unassailed with a name like Mosquito, or Pepper, or Honey Boy?

Where else but the Philippines!

Surely Not In The Philippines
by Bob Ong, ex-con
(Bobong Pinoy, March 2001)

Wala naman sigurong masama sa pag-gamit natin ng palayaw. Alam naman natin kung saan ito ginagamit. Lastname ang gamit natin pag pormal, firstname pag hindi, nickname pag kaibigan na, at may 'ate' o 'kuya' pa kung nakakatanda. Mas naiilang ako sa tawagan sa mga kanluraning bansa kung saan parang magka-edad lang ang 15 at 50.

Dati ko pa rin napansin ang kakaibang istilo ng mga Pilipino sa pagpili ng mga pangalan. Noong araw, laging showbiz ang style ng mga magulang: Nora, Vilma, Lorna, Sharon, Janice, Anna Liza, Flordeliza.... alam ko ngayon merong pinangalanang Marimar, pero harinawang walang naging Pikachu o Pokemon.

Nauso rin yung dalawa, tatlo, at ngayon meron pa yatang apat na pangalan: Paul Carlo Lastname, Maria Anna Liza Lastname, John Michael Arnold Lastname. Pero ayos lang dahil nickname naman ang gamit ng mga Pinoy. Ang matindi e etong mga Spanish telenovela na laging buong pangalan ang tawagan.

"Oo, Maria Cristina!"
"Layuan mo ako, Joselito Miguel"
"Patawarin mo ako, Plaza Miranda!"

Kung "Doorbell" names lang naman at yung mga inuulit-ulit na pangalan e marami akong kakilala. Ang alam ko, impluwensya sa atin ng lahing Malayo-Polynesia ang mga pangalang tulad ng Jeng-Jeng, Jing-jing, Boy-boy, Noy-Noy, Pot-Pot, Len-len, Ging-ging, at Ning-ning.

May kakilala rin akong magkakapatid na puro C ang pangalan: Carlo, Carol, at Claire. Pero common na 'yan sa pamilyang Pinoy. Ang di ko malilimutan e yung kaibigan ko dating buong angkan nila e sunod-sunod na alphabet; sino man sa magpipinsan ang ipanganak ngayon, halimbawa, ay magiging "L" ang initial dahil ang sinundan n'yang pinsan e "K" ang pangalan (Karla). Ang susunod na ipapanganak ay gagamit naman ng initial na "M."

Kung nahihiwagaan si Matthew sa mga pangalang may H tulad ng LHenn, jHun, gHemma, at jHimmy... hindi n'ya pa kilala ang classmate kong si F-H-I-L !!! O, ha! Patay s'ya doon. Mauubos lahat ng hangin sa katawan n'ya para mai-pronounce 'yon. FHIL.

May kakilala rin akong iisa ang pangalan at apelyido, si Oscar Oscar, at literature character, si Ivan Ho. Hindi pa kasali d'yan sila Ginger, Garlic, at Julius Caesar!

Siguro tanda ng "katalinuhan" kaya natin gustong isinusulat ang pangalan natin sa mga jeep, tricycle, pedicab, bus, at taxi. Sa tricycle namin dati, mayabang na nakasulat ang pangalan namin ng utol ko. Kaya pag nagka-convertible ako, palalagyan ko rin yun ng pangalan. ONG FAMILY (tapos sa ibaba: KATAS NG SAUDI)

Pero hindi ko inaangkin ang "kagalingan" ng Pinoy. Hindi lang tayo ang "imaginative" sa pagpili ng pangalan.

Mr. Matthew Sutherland, sir, I am thrilled to inform you that when it comes to choosing people's names, Europeans are still by far more imaginative, exotic, and interesting than Filipinos.

Britain's babies-you name it, they've got it!
(Manila Bulletin, July 10, 1994)

LONDON (Reuter) - If your family name is Beer,

what do you call your son? One British couple called Beer opted for the first name Bottled.

Then there is Mr. and Mrs. Jordan and their daughter River, and the Wall family with their child, Stone.

The bizarre list which also includes the Waters family and their bubbly daughter Mineral, comes from an official in charge of registering names in the central British town of Stafford.

Registrar Maureen Price told British newspapers she had made a hobby of collecting parents' unusual choices over the last 14 years.

Others on her list include the Castle family and their son Windsor, while some, like children named Rheumatism, Fatso or just Daft, defied explanation.

"We are dealing with people who are often very emotional and happy with a new-born child," Price said.

"There's nothing to say people cannot call children whatever they like. Only if names are really objectionable would we need to get special clearance or warn them that it could be embarrassing in later life. Even then, we cannot stop them," she said.

In Britain, there are no restrictions on choosing children's first names.

Kung tutuusin, hindi naman talaga kakatwang lahi ang mga Pilipino. Siguro nakakatawa ang mgá pangalan, pagkain, at kaugalian natin para sa mga taga-ibang bansa, pero dahil lang 'yon sa iba ang kultura nilang kinagisnan. Minsan nga, pinagtatawanan din natin sila sa parehong kadahilanan.

Kung kaluwagan naman ng turnilyo sa ulo ang pag-uusapan, naglipana rin 'yan sa iba't-ibang bansa. Walang monopolyo ang Pilipinas sa mga balitang mababa ang IQ.

> Inaresto ng pulisya sa Arab, Alabama, si William Rider, 18 anyos, dahil sa paghuhukay nito ng mga puntod na ilang linggo pa lang pinaglibingan. Ayon sa report, pinupugutan ni Rider ang mga bangkay at inuuwi ang mga ulo sa bahay. Sinabi ni Rider na nagustuhan niya ang bungo matapos makapanood ng isang horror movie.
>
> Dalawang doktor ang inaresto ng pulisya sa South Korea dahil umano sa pag-oopera ng mga ito sa tuhod ng mahigit tatlumpong manlalaro na gustong makaiwas sa sapilitang military service. Ayon sa awtoridad, tumatanggap ang mga nasabing doktor ng mula $1,090 hanggang $3,411 para sa operasyon.
>
> Isang lalakeng nagpakilalang "The Black Goblin" sa telepono ang umorder sa Pizza Hut, Bucks County, Pennsylvannia. Pagdating ng deliveryman sa madilim na bahay, bigla s'yang binati ng lalakeng may hawak na batuta at nakasuot ng itim na stocking sa ulo kung saan

nakasulat ang "Black Goblin." Bago tumakas ang nasabing lalake dala ang dalawang pizza at $90, iginiit nito sa deliveryman na s'ya ang "The Black Goblin."

Isang 17 anyos na binatilyong taga-probinsya ng Zhejiang ang napaulat sa pahayagang Legal Daily ng Beijing nang patayin s'ya ng kanyang ama at lolo. Dahil umano sa pagsusugal ng binatilyo, tinalian ito ng mag-ama at binuhusan ng asido sa lalamunan. Napagdesisyunan ng awtoridad na huwag kasuhan ang dalawa.

Matapos ang apat na beses na pagkabigo ng pulisya sa Silverthorne, Colorado, naaresto rin nila si James Copeland, 64, sa salang pag-iiwan ng brown paper bag na puno ng dumi ng tao sa gitna ng isang intersection, sa loob ng dalawang buwan.

Nagpapakadalubhasa ang Tsomet Institute ng Jerusalem sa pag-imbento ng mga bagay na magagamit ng mga relihiyosong Hudyo nang hindi lumalabag sa kautusan sa bibliya ukol sa pagtatrabaho sa araw ng pahinga. Ayon kay Rabbi Israel Rosen, director ng nasabing institusyon, ang pinakabago nilang imbento ay isang ballpen para sa mga pulis at doktor. Pagkaraan daw ng ilang araw, nawawala ang tinta ng ballpen matapos itong isulat sa papel, at hindi nag-iiwan ng bakas ng kasalanan.

Kinasuhan si Carmen Diaz-Vargaz, 25 anyos, taga-Rochester, New York, matapos saksakin ang asawang si Ramon Vargas, 31. Ayon sa pulisya, naganap ang krimen dahil sa pagtatalo ng mag-asawa ukol sa battery ng remote control ng isang videocassette recorder.

Ayon sa Gallup Poll noong 1991, 60% ng mga Amerikano

ang naniniwala na may impiyerno, mas mataas kesa sa 58% na naitala noong 1952. 4% lang ang naniniwalang sa impiyerno sila pupunta pag namatay.

Nabili ng $11,000 ang isang autographed bra ni Madonna sa isang fund-raising auction ng Rotary Club sa Mount Clemens, Michigan. Ayon sa nakabili, idi-display daw nila ang nasabing bra sa kanilang Chinese restaurant.

Matapos ipagbawal ng mayor ng Chanal, Mexico, na si Filiberto Lopez ang pagtitinda ng alak sa kanyang bayan, pinatay s'ya sa bugbog ng mga limampung galit na galit na kalalakihan.

Libo-libong Muslim ang nagtipon sa bahay ng mag-asawang Asyano sa Leicester, England, nang mabalitaang nakita ng mag-asawa ang pangalan ni Allah sa loob ng isang talong. Binili umano ni Farida Kassam ang talong sa isang tindahan, at nang hiwain n'ya ito para lutuin, nakita n'ya na ang mga buto nito ay bumubuo ng salitang "Allah" sa salitang Arabic. Matapos ituring ng lokal na moske ang nasabing gulay bilang banal, isa pang Asyano na naninirahan sa Nottingham ang di-umano'y nakakita rin ng pangalan ni Allah sa isa pang talong.

Isang Aleman na kinatawan sa Green Party convention sa Neumuenster, Germany, ang namaril ng water pistol sa isa pang kinatawan dahil sa isang pagtatalo.

Sinintensyahan ng limang taong pagkakabilanggo si Arswendo Atmowiloto, patnugot ng isang pahayagan sa Indonesia, matapos n'yang ilathala ang resulta ng isang survey ukol sa limampung pinakahahangaang tao kung saan napunta lang ang propetang si Muhammed sa panlabingisang puwesto, daig pa ni Saddam Hussein, President Suharto, at iba pang Indonesians, kabilang na si Arswendo.

Makalipas ang walong oras ng pagliligtas sa itim na osong hindi makababa sa 50-60 talampakang pine tree malapit sa Shreveport, Louisiana, napag-alaman ng mga sherrif's deputies, game wardens, at wildlife biologists na isa lang palang itim na garbage bag na nakasabit sa sanga ng puno ang inililigtas nila.

Nakatanggap ng $33,000 na pondo mula sa New South Wales state government ang Sullivan Machinery, isang Australian company, para gawing kabaong ang mga recycled na dyaryo.

17 tao ang nasawi nang bumagsak ang isang pampasaherong eroplano ng Peru matapos itong pagbabarilin ng mga lasing na pulis.

Napag-desisyunan ng awtoridad sa bayan ng Kholm sa Russia na isali ang mga bata sa listahan ng mga residente na maaaring tumanggap ng buwanang rasyon ng sigarilyo. Bawat bata ngayon ay makakatanggap na ng walong kaha bawat buwan.

Tatlong tao na nangangabayo sa Africa upang ipamalita ang usapin tungkol sa wildlife conservation ang nawalan ng kabayo matapos itong barilin ng isang Tanzanian park ranger. Napagkamalan umano ng huli na mga mababangis na hayop ang kabayo. Ipinagpatuloy na lang ng tatlo ang paglalakbay nang naka-kotse.

Matapos tanggihan ng mga preso sa Long Bay Jail sa

Australia ang mamantikang spaghetti na ayon sa prison nurse ay hindi akmang ipakain sa tao, um-order ang warden ng 450 na takeout dinner sa pinakamalapit na KFC.

Sa Cherokee County, Georgia, isang 77 anyos na lalake na nagngangalang Carl Hulsey ang namatay nang torohin s'ya ng alagang kambing matapos n'ya itong bugbugin sa loob ng isang taon. Ayon sa bisita ni Hulsey, "pinababagsik" daw umano ng may-ari ang kambing para maging tagapagbantay ng mga ari-arian.

Pagkaubos ng $65,000 na pondo at isang taong pananaliksik, napag-alaman ng National Institute of Standards and Technology na pula ang kulay na pinakamainam gamitin sa mga exit sign.

Matapos magsiksikan ang halos 50 katao sa isang tulay sa Ho Chi Minh City sa Vietnam para panoorin ang batang babaeng magpapakamatay, bumagsak ang tulay na ikinamatay ng 9 tao at ikinasugat ng 13 iba pa. Nailigtas ang batang magpapatiwakal.

Para tugunan ang pangangailangan ng mga tauhan ng Freedom space station, sinubukan ng mga dalubhasa sa NASA na makagawa ng "closed loop water recycling system" na s'yang mangongolekta ng mga pawis at ihi ng astronaut para gawing inumin. Sa isang pagsubok, inipon ng mga mananaliksik ang pawis ng ilang volunteer na nag-ehersisyo sa gym. Matapos gamitan ng iba't-ibang proseso para maging inuming tubig, ipinatikim ito sa volunteers. "Hindi lasang sariwang tubig," sabi ng isa sa mga tumikim, "pero pwedeng mainom."

> Namatay si Yooket Paen, 57 anyos, taga-Angthong, Thailand, matapos itong makuryente dahil sa pagkapit sa live wire nang mahulog sa kanal. Makalipas ang ilang oras, namatay rin si Yooker Paen, 52 anyos, kapatid ng biktima. Ipinapakita umano nito sa mga kapitbahay kung paano namatay ang kapatid nang bigla rin s'yang mahulog sa kanal at mapakapit sa live wire.

Kaya lang may mga malinaw na kakulangan ang Pinoy na kanila lang talaga. Eto yung mga bagay na hindi mo pwedeng ibintang sa iba, hindi magandang pakinggan, at hindi mo pwedeng itawa.

Noong December 5, 1998 ay natawag ang pansin ng mga Pilipino sa buong mundo nang umikot sa Internet ang sulat ng isang sikat na DJ sa Amerika. Dahil sa mga mapanirang nilalaman tungkol sa mga Pilipino, marami ang agad na sumagot sa nasabing sulat at nagtanggol sa lahi ni Juan. Doon napag-alaman, hindi pala nanggaling sa nasabing DJ ang sulat. Gawa-gawa lang ito ng isang tao na may malaking galit sa mga kabataang Pilipino sa Amerika.

Nitong July 1, 2001, nabuhay ulit ang issue tungkol sa nasabing sulat nang madiskubre itong muli at mai-publish sa sikat na dyaryo sa bansa. Tulad ng dati, napag-alaman na walang kinalaman ang sikat na Amerikanong DJ sa sinasabi ng sulat. Natapos at nanahimik rin ulit ang usapin pagkatapos ng mahabang paliwanagan. Pero sa mga oras na 'yon ay tambak na ng death threats ang nasabing DJ, binalaang papupugutan ng mga Pilipino sa Abu Sayyaf dahil sa ginawa n'ya. Kung pumunta ka sa website n'ya noong mga panahon na 'yon, hindi mo alam kung matatawa ka o maaawa. Kitang-kita ang takot ng inosenteng DJ dahil sa ganti ng malolokong Pilipino.

Pero ano nga ba ang nilalaman ng nasabing sulat? Kasama ang mga typo, misspellings, at grammatical errors, eto ang buong mensahe, unedited:

Filipinos.....*make me puke*
KatLover

As we've all come to notice, in the past few decades, Filipinos have begun to infest the United States like some sort of disease. Their extensive involvment in the U.S. Armed Forces is proof of the trashy kind of qualities all filipinos tend to exhibit on a regular basis. You can see this clearly by studying the attitudes and cultural Icons of most Filipino Americans.

PART 1: Origins of Pinoys/Pinays: Are they really asian?

Well we've come to accept the fact the filipinos come from a part of the world known as South East Asia. But the term "Asia" is used in the wrong way. You may notice that Contemporary filipino americans try very hard to associate themselves with groups that we know as asian. I cannot count the number of times I have seen a 'Third World' Filipino try to connect themselves to the Chinese or Japanese people. There is no connection and here's why. The Philippines is a Third World country. Nothing respectable has EVER been created by filipino people during our entire human history. Young filipino men in america have become obsessed with "import racing". They have an enormously perverted affection for Japanesecars. It's a common phenomenon. In their minds,these filipinos somehow, believe that they are asian and that it somehow connects them to japanese people and japanese cars. They often take credit for the ingenuity of Japanese people and say how it's an "asian thing". This term..."asian thing" derived directly from African American slang "black thang". "It's a black thang." "It's an asian thang." You can see the connection. It's even funnier that, in Japan, Filipinos are heavily discriminated against. The only filipinos that can live successfully in Japan are the filipino prostitutes. But that's the case for most filipino people no matter where they live in the world.

Now we've come down to this fact... and it is a fact. Nothing in Filipino Culture can be seen as asian. They have no architectural, artistic, or cultural influence which is in ANY way, asian. Thinking of the great countries in Asia such as Japan, Korea, and China there is no way you can possibly connect the Philippine Islands. This assault by filipino americans to connect themselves with the great, peoples of North East Asia is foul and disgusting.

PART 2: Young Filipino Americans: The Disease of Society

See for yourself and go to any young filipino's website or chatroom, and you will be able to see kind of attitude that's stinking up america! Some things you might see: Dialouge such as the following (taken directly from a chatroom in IRC): (please keep in mind that most people in these chatrooms are young filipinos between the ages of 13-25)

AznGuRLie: Wzzup EvErYbOdY!!! RhEiNa IsH In Da HoUsE!

(Translation: Her name is Asian Girly. This young woman obviously thinks she is somehow asian, but we'll adress that later. She's simply saying that she has arrived in the chatroom but she's saying it in the most immature, ghetto, and baby-type way possible. I'm suprised she said "Rheina is in the house" rather than just "Rheina in the house". But notice how she spelled the word "is" as "ish". The way a baby would pronounce it. The AlTeRnAtiNG CaPiTaLs is also very common.)

AzNRacr_X: SuP Wit U RhEinA GuRL???

(A filipino male... he's obsessed with japanese cars and masturbates frequently to Japanese Porno Cartoons, known as 'Hentai'. His response, is based on the fact he listens to way too much Puff Daddy and thinks that he's some type of "Player". Player is a concept invented by Black Americans. It simply means that a young man has good luck with women. A "Player" often has sex with numerous females and has more than one girlfriend at a time according to the Black defenition. If the, filipinos have a different definition for this term I'm not sure. But I think if you apply this term to a filipino male it usually describes a young man who tries to have sex with girls by meeting them on the internet. He, may or may not be successful in accomplishing this, but it just shows the, LOW LEVEL on which filipinos operate and conduct themselves. What's most interesting about this conversation so far is that it could be easily mistaken for two African americans speaking to each other. There's nothing distinctly 'asian' in this dialouge and it certianly doesn't reflect the level of respect and intlelligence you find when Japanese or Chinese people relate to each other in their own language!)

AznGuRLie: NuttiN. WhErEsh RoNeLiA???? ShE At Yo HoUsE???

AzNRacr_X: NaW GuRL...ShE At HeR CoUsiN's HoUsE.

PiNOY_PLaYR: She at mah houze suckin' on mah dick foo!

(Another filipino male has just joined the conversation! If you can call it a conversation. At this point it just seems alot like baby talk.)

AznGuRLie: Hehehehehehehe YoU WiSh!!!!

(Notice how this young woman accepts this disgusting statement and even has a laugh about it. I think we're finding out how low these people really are.)

AzNRacr_X: ShUT yo MouTH lil foo!!!! Or I ShuT iT Fo U!

PiNOY_PLaYR: Where u at muthafucka?? I beat yo lil punk azz!

AzNRacr_X: My CRiB iz 619!! What u GoNNA Do Foo????

PiNOY_PLaYR: I gunna beat yo lil azz...afta yo gurl finishez suckin on, mah NUTZ!! PUWAHAHHAHAAHAHAHAHhhahahaahahaah!

AznGuRLie: Hehheheheh NoW BoyZ WhY U fiGhtin LiKE

tHaT?? U kNoW i cAn, suCK u boTH!! LiL RhEiNA wAnTz 2 pLaY 2!!!!!!!! ;)

(This scum level of human interaction is not only disgusting and offensive, but pathetic as well. And there's alot more than this going, on in chatrooms all over the internet every hour.)

Try visiting a young filipino's web site too. You'll see something called the "Asian IRC Ring". It has to do with the chatrooms. The most horrible thing about this is that these TRASHY people are trying to associate themselves with Asia again!! People in Asia don't act like this at all. What we are seeing here is the natural filipino in it's element with full access to technology and this is how they act! You will consistently see this behavior over and over again.

Another interesting thing is that these "thirdworld" people also frequent IRC chatrooms such as #chinese #japan and #asian. They must believe that they are some how related racially or culturally to North Asians. But it's completely WRONG! There might have been some distant contact with China and even less with Japan during World War II, but these people are actually more closely related to african americans and mexican americans. Do the parents of these young filipinos know what's going on?? Would they accept this? I believe that they would and do. This is the natural "Trash" element in filipinos manifesting itself. Nothing good has ever come from Philippines and I don't believe anything good ever will.

PART 3: The Conclusion: Recogonizing your Roots (A

Message to Filipinos)

To all filipino people:

Please recognize yoour ROOTS! You come from the the Third World! Your country is a disgusting and filthy place. Most people there, live in poverty! Your culture has MUCH MORE SPANISH influence than chinese, and absolutely no JAPANESE influence whatsoever. People in Japan and China, do not act like you. They do not constantly talk about sex and they have a MUCH HIGHER level of RESPECT for each other. There is NO WAY that you, can connect yourself to Asia other than location. Your culture and technological advancement does not even come CLOSE to what Chinese people have done in the past and what Japanese and Korean people are doing now! Everything you do is distinctly filipino. You cannot take credit for Japanese cars, video games, or Hentai!

It's not an "asian thing" it's an "american thing". You have no concept of culture..no concept of asian ideas or asian philosophy! Can you demonstrate how you use Confucianism or Taoism in you everyday life?? You can't. And you will NEVER be able to. I understand that you are trying to create an identity for yourselves as young people... but it is NOT related to Asia.

Your Identity is Filipino. That's all you are. Just Filipino. Think about what that means....

Sincerly,
Art

Pero hindi lahat ay galit sa mga Pilipino. Kung masama man ang imahe natin sa ibang bansa, meron pa ring mga tao na nagmamahal sa mga taga-Pinas. Sa sobrang pagmamahal nga e handa silang bilhin ang mga kababaihan natin. Sa isang mail order bride website ay ipinaliwanag maigi kung bakit "best buy" ang mga Filipina. Narito ang patalastas nilang isina-Tagalog:

Bakit mas madali makahanap ng mga kanais-nais na babae sa Pilipinas kesa sa ibang bahagi ng mundo:

Mahirap ang buhay sa Pilipinas. Ang estado ng pamumuhay nila batay sa kakayahang gumasta ay mas mababa pa kumpara noong nakalipas na 25 taon. Marami ang walang trabaho at hindi maganda ang itsura ng hinaharap.

Naging teritoryo ng Estados Unidos ang Pilipinas ng halos 50 taon. (Ingles ang naging wika). Ang mga Amerikano ang nagpalaya sa Pilipinas sa mga Hapon sa pagtatapos ng Ikalawang Digmaang Pandaigdig, simula noon ay kinagiliwan na ng mga Pilipino ang mga Amerikano. Dahil sa libu-libong taon ng kolonyalismo ay naiwan ang mga Pilipino na walang sariling kultura na magbubuklod sa kanila. Ang kanilang nakaraan, kasama ang mga dekada ng hindi maayos na paghawak sa ekonomiya ng gobyerno ng Pilipinas, ay humantong sa maramihang paglisan, kaya't taun-taon ay 60,000 na Filipina ang nag-aasawa ng Amerikano.

Ang Pilipinas ay bansang Katoliko. Bawal ang diborsyo. Kailangang panatilihin ang pagka-birhen hanggang ikasal. Hindi importante ang kagandahan, at ang mga magagandang babae ay hindi mayabang. Tinuturuan ang mga kababaihan na maging mayumi, mapagkumbaba, at mahiyain.

Lumaki silang naniniwala na hindi maganda sa kabataang babae ang uminom at manigarilyo. Ang mga nakatatanda ay iginagalang at hinahangaan. Pangkaraniwan ang pagpapakasal sa mas matatandang lalake. Maraming magaganda at matatalinong Filipina ang naghahanap ng Amerikano na mapapangasawa. Sa ibang bansa, ang mga babaing naghahanap ng asawa sa ibayong dagat ay kadalasang diborsyada, talunan, at yung mga talagang malas. Samantalang ang kababaihan sa Pilipinas ay madalas na mas magaganda, may pinag-aralan at may trabaho. Sila'y kadalasang inosente at walang alam sa "dating" at pakikipag-relasyon sa lalake.

Kung puro Filipina lang ang susulatan mo, madadalaw mo ang tatlo hanggang lima sa mga napili mong kababaihan sa sampung-araw na pag-bisita mo sa Pilipinas....

Kinukumbinse ng site na 'yon ang mga kano o foreigners na madali silang makakapag-asawa kung Filipina bride ang hahanapin nila, kahit sila ay matanda na at uugod-ugod, kalbo, bungi, o walang trabaho. Sa link na "Why Filipina?" akala ko ay babanggitin na ang mga Filipina ay mapagmahal at maalalahanin. Totoo, binanggit nga ang mga katagang 'yon, pero sa umpisa lang; ang punto kaya ipinapayong Filipina ang piliin nila ay dahil mahirap daw ang buhay sa Pilipinas, kakapit daw ang Filipina kahit kaninong puti, maiahon lang sa hirap.

Alam ng webmaster ng nasabing site ang kalagayan ng mga Pilipino dahil s'ya daw mismo ay tumira sa bansa at nakapag-asawa ng Filipina.

Di na nakapagtataka kung magdusa ang mga Pilipino sa ibang bansa dahil sa mababang tingin sa kanila ng mga tao roon. Gusto man natin sabihing mali ang pagkakakilala nila sa mga Pilipino, mahirap pa ring itanggi ang mga nilalaman ng balita at statistics. Sino at ano nga ba ang Pilipino? Wala man masama sa pagiging laborer, paano mo sasabihin sa taga-ibang bayan na hindi lahat ng Pilipino e laborer? Gaano mo nga ba kaganda maipipinta ang bayan mo sa papel na maraming mantsa? Paano mo pagtatakpan ng paliwanag ang mga balitang nagsusumigaw?

Pinoy Pride
by Teresito C. Bacolcol

Frites et poulet (fries and chicken). "Not again," I muttered to myself as I sat down for dinner at the restaurant universitaire in the dormitory where I am staying in Paris. I was contemplating the prospects of yet another boring dinner when an equally bored-looking African student took his seat in front of me. He watched his plate, took a few bits of fries, then pushed it away and shook his head. Obviously tired of having to eat almost the same stuff every night, he looked at me and then started to ask in French peppered with thick African accent, "Where are you from?"

"From the Philippines," I said. His eyes grew wide. From the way he looked at me, I could guess what his next question would be.

"Ah, a Filipino!" he exclaimed, his voice brimming with excitement as if he had found the answer to an eternal question that was bothering him for a long time. Then between chewing his fries and drinking his Coke, he asked me conspiratorially, "Are you a Muslim?"

I pretended not to have heard anything. This guy was obviously misinformed about our country's religious statistic, which was quite pardonable since the Philippines and Africa are world's apart. What is more outrageous is when someone from Imperial Manila looks at you with suspicion because you happen to have told him you came from Mindanao. This happened to me many times before. People tended to keep their distance when I told them I was from Zamboanga del Norte, thinking that I was a Muslim. Don't get me wrong. There is nothing wrong with being a Muslim. What pisses me off are the shallow perceptions of some people from Luzon that all Muslims are war freaks and are bound to run amok. That is prejudice pure and simple.

The African student ignored my silence and asked his next question: "Are you a Muslim? Are you an Abu Sayyaf?" The mention of Abu Sayyaf woke me up from my dreamless stupor. "Nope," I replied. "And granting that I am, do you have a problem with that?" Surprised by my heated response, he took his plate and transferred to the next table. "Serves him right," I told to myself.

I could not blame him though. It all started when a cargo vessel was shipwrecked off the coast of Jolo in April, killing at least 100 on board.

That story caught the attention of the French media. This was followed by the crash of Air Philippines Flight 407 in Davao a week later.

A French colleague noted that news from the Philippines were being featured more frequently on TV. I did not give it much thought. I told him developed countries did not have a monopoly of CNN, and people around the world needed a momentary respite from l'affaire Elian Gonzalez and his feuding clan.

I reassured myself that news like these happened very rarely. When was the last time we got really bad publicity in the world media? Was it during the Manila Filmfest scam? Or was it when a Filipino geologist, who was supposedly a genius, jumped to his death in the jungles of Indonesia after being implicated in a scam that rocked the world's mining industry? When such stories came out, people around the world talked about our country for a fleeting moment and then went on with their lives. I never imagined there would be bigger stories that would be featured by every major newsmagazine around the world, giving our country a reputation as one of the world's most dangerous places to live in.

What I am talking about are, of course, the abduction of 21 people, 10 of them Westerners from a tourist resort in Sipadan, Malaysia, and the infamous and fatally attractive "ILOVEYOU" virus. And who can forget the tragi-comedy of the PAL hijacker and his improvised parachute that refused to open. That episode must have earned us the title of Capital of the Absurd.

It makes me sad and very defensive to learn about the things going on in our country. How I am supposed to reply when people ask me for an update on the hostage drama in Sulu? Should I tell them our President considers the situation nothing but a minor problem that is happening in a far-flung island of the Philippines?

How would you react when your Swiss dorm mate tells you pointblank that the Philippines is not only an exporter of domestic helpers but Internet viruses as well? How do you answer a German student, frustrated over the very slow pace of the negotiations for the release of the hostages, especially a sick German woman, who posts a message on the Net that says, "A dumb president plus a dumb people equals a dumb country"?

I have no problem with Erap being called names. Ever since the President landed on the cover of Time Magazine, everyone around the world knows that when nature handed out brains, Erap was with Fernando Poe Jr. drinking Johnnie Walker Blue. As president, he has demonstrated little more than the false bravado of an action star. But I am not about to let any get away with an insult such as the German student delivered. I told him terrorism was not a monopoly of our country. Such things happen everywhere. Ireland has the dreaded IRA, France and Spain have the Basque separatists and England has the hooligans and white supremacists. And there are misfits in American schools who sow terror among their classmates. I reminded him that about the six million Jews killed during the Holocaust. Finally I wrote, "And between a maniacal leader like Hitler and a dumb one like ours, it's no contest: I will always choose the latter." He never replied.

But since the story about the "ILOVEYOU" virus and the hostage incident came out last month, not a few Filipinos have told me they no longer wanted to be associated with our country. Two Filipino tourists I met last month admitted that they passed off themselves as Thais. A Pinay married to a Frenchman said that she would reply in general and vague terms ("an Asian") whenever somebody inquires about her origins.

Since it would be futile to pretend to be somebody we are not and since we cannot hide the truth that we are Filipinos inside out, I told them, why should we not be proud of it? Oh, there are many positive things we can be proud of as a people. We are known for our hospitality, despite our material inadequacies. Our indomitable spirit allows us to smile despite economic woes. We may have yet to produce religious giants in the league of A.W. Tozer, Mother Theresa, and Billy Graham, but our people have a deep, solid faith in God, which allows us to endure and keeps us resilient in times of difficulties.

More than this, we are a people whose heroism, selflessness, and courage are worth more a thousand Nobel Peace Prize accolades. Our people venture into distant lands unknown, giving up the protective warmth of their families so they can build roofs over their children's heads and give them better chances of succeeding in life through education. I have known many of them here in France. I have heard many of their stories a hundred times. I have seen the sacrifices they make just so the family they love and left behind can lead better lives.

Indeed, notwithstanding the Love Bug virus and the hostage taking, I can say with confidence that no other race around the world could be as generous, dignified, and noble as we are.

Pero hindi lahat ng Pilipino e masaya sa pagiging Pilipino nila. Sa katunayan, meron nang naghagis ng tanong na ayaw marinig ng lahat. Nag-umpisa sa isang article sa dyaryo, umikot sa Internet, umabot sa isang programa sa TV, at ngayon nasa libro. Binagabag ng simpleng tanong ang mga Pilipino. Eto, baka gusto mo ring itanong sa sarili mo.

Who Wants To Be A Filipino?
by Herdy Yumul

If you were to be reincarnated and given the choice, would you opt to be Filipino again? It was in 1998, at a forum of students of top schools at the University of Asia and the Pacific, that I raised this question. As expected, everybody, except me, gave a resounding yes for an answer. Hypocrites! I could see from the way they talked, from the clothes they wore, from their ideas of what was good and beautiful, that

"Nuh, aym Amerikan!"

even in this lifetime they were dying to camouflage their being Filipino. Thanks to Ralph Lauren, a colonial education and a "trying-hard" American accent. I told them that I want to be European, a Frenchman more specifically. Yes, Europe--with its rich history, solid identity and all the luxury and elegance this world can offer.

I have been there once for the world debates in Greece. But being Filipino, I was a disaster then. During socials, I would befriend the Jamaicans so I would stand out. But it was a wrong move because Jamaicans, notwithstanding their darker skin tone, are very secure with themselves.

When I and fellow Filipinos were walking in downtown Athens, a young Greek approached our group and casually told us that he intended to go to the Philippines to f--k Filipinas. Then he kept on asking us: "How much are Filipinas?"

Did he expect us to adore him because a fine European like him wanted to visit a country whose people they officially defined as domestic helpers? Or was he simply being mean? I wish he were just referring to the controversial brown biscuit.

Hellish traffic, hellish climate, hell-sent politicians, gangsters in uniform, hoodlums in robe, massive unemployment, inhumane poverty, identity crisis, a tradition of mediocrity. Get real. Who would want to be Filipino? Maybe the Cojuangcos, the Sys, the Tans and the other demigods whose surnames do not sound Filipino at all. But this Yumul, no.

My Uncle Jessie is lucky: he and the whole family migrated to the United States in the early 1970s to graze where the grass is greener and live there as second class-citizens but occasionally come home like gods crowned with sparkling dollars.

Then there is Me-Ann, one of the tinderas in our small business. She thinks that her main purpose in life is to go to Taiwan and earn money she will never earn in a lifetime of labor in the Philippines. I feel sad to know that Me-Ann and millions of Filipinos have to leave the country just to live decently.

Some say though that despite our material poverty, we should take pride in our spirituality since the Philippines is the only predominantly Christian country in Asia. But it continues to puzzle me why this Catholic nation has produced only two saints so far while Thailand, Japan and China-all non-Christian countries--have more. Maybe, unlike Filipinos, people from those nations have more sensible things to do than creating miracles by desperately looking for images in the stains of tree trunks and forcing statues to shed bloody tears.

I have always been pessimistic about the fate of the Filipino. But there was a break. I gave in to the nationalistic spirit during the Centennial celebrations. When fireworks, worth millions of pesos, lit up the skies over the Luneta, I had high hopes that the Philippines would be better and I decided to junk my pessimism. I thought a new era of Filipino pride had dawned.

In my college years, I was also influenced by San Beda's thrust of molding young men in the image of a true Filipino like some of its alumni whose ranks include Ninoy Aquino, Rene Saguisag, Ramon Mitra and Raul Roco, who should have been the president of this country.

Yes, for some time, I was deluded into being proud of being Filipino. But thanks to President Erap, I have recovered my senses. His Excellency has betrayed the people's trust so many times that I need not elaborate. Erap has become for me the symbol of everything that is bad in the Filipino. In his administration, corruption and chaos have become the norm so that writing about it would only bore the reader. It's just too bad for the nation, but good for me since I got back my precious pessimism.

Now I am firmly convinced that Erap has to resign to save what is left of our dignity as a nation and what is left of my optimism as a young man. But I guess he will never do that. Congress is dominated by honorable galamays so impeachment is an impossibility. A military coup could save the day for the country, but, in that case, Uncle Sam is sure to defend his friend who handed him the Visiting Forces Agreement. Now, we are left with assassins to play heroes. If someone saves the lives of millions, would he not go to heaven?

But then Erap need have no fear about an assassination plot. Imelda Marcos, despite all the crimes her family committed against the Filipino people, has never been hurt. Not even a strand of her regal hairdo has been touched. But of course, there are always firsts.

According to Hindu philosophy, what you sow in this life, you will reap in the next and whatever you are now is a reaction to your past. Could it be that all Filipinos were crooks in their earlier incarnations? If there is any reason I try to do well in this life, it is in the hope that in my next, I would be a Filipino no more.

If it isn't too much to ask, I would like to be a Frenchman or a Jamaican, before Jinggoy Estrada becomes president of this wretched land.

Dating sulat ni 1delacruise, bisita ng Bobong Pinoy:

Taga-Olongapo City ako na sa ngayon eh nakapagtrabaho sa Ho Chi Minh, Vietnam. Itong lugar na 'to na dating tawag eh Saigon. Sino ba namang mag-aakala na hanggang dito sa lugar ng mga tsekwang hilaw eh may Pinoy na talaga namang nakakaungasssss?

Wala akong ibig palabasin dito kundi yung mga ugat n'yo sa utak para manggalaiti sa kababayan nating ubod ng ungasssssssss! Naturingan pa man ding taga-Gapo!

Hindi ko akalain na makaka-meet ako ng pinoy na taga-Gapo dito, pero ang gusto ko eh sana naman magkaroon ng kahit konting pagbabago sa mga bobongpinoy!

Angat ang pinoy dito, oo, pero sa na-experience ko, kulang na lang eh sipain ko pauwi yung Pinoy na 'yon para mabawasan ng kahihiyan ang lugar natin.

Eto ang kwento.... Pauwi ako ng hotel, kasalukuyan akong nasa elevator habang nakikipagkwentuhan sa mga Hapon na ka-roommate ko nang biglang may nagsalita. "Hello, where you from?" tanong n'ya sa mga kausap kong Hapon. "I'm from Tokyo, Japan," sagot ng roommate ko, "How about you?" "I'm from San Francisco... I'm just a tourist here." Napansin ko na mukha s'yang Malaysian na para bang nakapag-migrate sa Tate kaya n'ya siguro nasabing taga-Amerika s'ya. Sabay tanong sa 'kin, " 'Bout u man, wer u from?" "...Ahh I'm from Philippines, I work here." "Owww really!" sagot n'ya. "There's a lot of Filipino working for me." Uuyyyy, sa isip-isip ko baka sakaling makapag sideline ako dito, business man eh.

Lang hiya, eto na, nag-aya ng inuman sa room n'ya, nalasing ang ungas... nakita ko yung passport n'ya.. bah.... batet kaya kulay berde? At laking gulat ko na lang nang basahin ko... PASAPORTE... PILIPINAS..... eh 'nak ng tsonggong puyat, Pinoy pala ang kumag. Di ko muna pinasin hanggang sa inaya n'ya kaming mamasyal. Lam n'yo ba kung sa'n? Sa Pinas, and take note... sa Gapo daw maganda... "If you want we fuck girls there for a very cheap price." Laking hiya ko sa mga kasama kong hapon. Sabi ko na lang..... "Eh Pinoy kang kumag ka pa-English-English ka pa. Itigil mo na yang kayabangan mo dahil kung marunong umuwi nang mag-isa 'yang pasaporte mong kulay berde eh uuwi 'yan ng Pinas." Natigilan ang ungas.... sabay smile, "Pre, expat tayo dito, we should not let them intimidate us." (Eh kung di ba naman ogag ginawa mo nang kahiya-hiya ang Pinas tapos ayaw mong maintimidate... hay naku!!!) ....Sabay sabing, "Taga-Gapo kasi ako.... marami dun di ba?" Eh anak ng bakang baog, bulungan lang ako ng langaw na sipain ko 'tong kababayan natin na 'to gagawin ko na eh. Kaya lang para na rin sa ikatatahimik ng sambayan, umalis na lang kami ng mga kaibigan ko dahil alam nilang naba-badtrip na rin ako.

Kaya sana pagnakapangibang bansa yung iba d'yan... wag masyadong hambog, baka mabuhay si Rizal eh ikaw ang ipabaril n'yan sa Luneta. O kaya naman ipakidnap ka ni Rizal sa mga Abu Sayyaf, para dun sabihin mong, I'm a foreigner from California, would you ask for a ransom? Tignan ko kung tubusin ka ng mga kababayan mo. Pinoy... gumising ka..... magpakatotoo ka!

Ikinakahiya na ang sarili, nagtatakbuhan. Paano nga ba tayo nauwi sa ganitong kalagayan?

Habang isinusulat ko ang librong 'to ngayon, namumroblema sa tubig ang mga tao sa lugar namin. Tubig, isa sa mga pangunahing pangangailangan ng tao, pero naipagkakait sa Pilipino. Tumawag ako dati sa opisina ng Maynilad para sabihin ang problema, ang sagot sa akin, "mahina ang pressure." Itinanong ko kung anong solusyon sa problema ang pwede kong maasahan sa kanila, pero walang naisagot sa akin ang kausap ko bukod sa tip na "may tubig naman ho sa gabi... pwedeng mag-ipon." Reklamo nga ng isang kakilala dahil sa ga-sinulid na patak ng tubig kahit sa gabi: "Ang alam lang nilang gawin e magpaganda ng disenyo ng resibo at magtaas ng singil."

Sa isang bahay na napuntahan ko kailan lang sa Tandang Sora, Quezon City, naabutan kong nagpapasok ng malaking hose na nakakabit sa isang truck ang may-ari ng bahay. Yun ang rasyon nila ng tubig. 250 piso ang bayad para sa dalawang araw na konsumo. 3,750 kada-buwan. Higit pa sa pinagsamang bayad nila sa kuryente at telepono.

Sa isang kwento sa dyaryo, nabasa ko ang tungkol sa isang lugar sa Novaliches na unti-unti ring nawalan ng tubig kasabay nang pagdami ng mga residente. Sa ngayon, hindi na gumagana ang mga gripo at shower nila. Puyat sila sa gabi sa pag-iipon ng tubig, sa umaga nama'y puno sila ng mga baldeng walang laman.

Parehong kwento ang nangyayari sa lugar namin ngayon. Nagkaroon kami ng de-gripong tubig noong 1982, pero makalipas lang ang dalawang dekada, balik din kami sa pag-iigib. Balik sa balde.

Ang ganitong kwento ay hindi reklamo tungkol sa hirap ng pag-iigib, kundi katanungan tungkol sa pangunahing serbisyo na hindi na yata natitikman ng maraming Pilipino. Naniniwala akong may mga tinatawag na low pressure area o lugar na talagang hirap sa tubig, pero kung araw-araw na lang low pressure, at low pressure area na ang buong bansa, hindi kaya oras nang diligin ang tuyong sistema?

Nang talakayin ang katanungang Who Wants To Be A Filipino? sa isang programa sa TV, kinapanayam ang ilang kilalang tao na nagbabalak nang manirahan sa ibang bansa. Pare-pareho ang sagot ng mga tinanong. Sa ibang bansa raw, makikita mo ang pinupuntahan ng buwis na ibinabayad mo, napagsisilbihan ka ng gobyerno, napapangalagaan.

Sa malapitang tingin, paano nga ba mabuhay sa Pilipinas?

Masuwerte ka na kung may linya ng telepono sa inyong lugar. Doble ang swerte kung may tubig na dumadaloy sa mga gripo n'yo.

Kailangan mong mag-OFW para mapaaral ang anak. Para mapaaral naman ng anak mo ang iyong apo, kailangan n'ya ring mag-OFW. Kung hindi mapapariwara ang mga anak mo habang nasa malayo kang lugar, kung hindi ka mabibiktima ng illegal recruiter at makakauwi ka nang buhay at matiwasay, swerte.

Samantala, ang mga kababayan mong hindi mo kasing-palad ay nagtitinda ng sarili nilang anak o kidney. Ang iba e nagiging fulltime contestants sa game shows at lottery. Ang mga teacher kailangang magtinda, ang mga pulis kailangang mangotong, ang mga nurse kailangang mag-abroad, at ang mga mamemelikula ay kailangang gumawa ng basura para kumita. Kung bakit mga basura ang kumikita at kung bakit gustong-gusto ito ng mga Pilipino ay walang nakakaalam.

May mga nang-aagaw ng cellphone, may mga namemeke ng CD. May mga nangingidnap, may nagtutulak ng droga, may nagtitinda ng aliw, may nagtitinda ng aliw sa ibang bansa, may nagpapakasal sa dayuhan, may nagnanakaw ng mga takip ng manhole, may nangungupit ng pondo, may tumatakbong public official, may nag-aartista, at may kumakain na lang ng mga pesteng daga kung walang-wala na talaga.

Ang mga bata ay nagkalat sa kalye, nagtitinda ng sigarilyo, sampaguita, sweepstakes, dyaryo, at minsan pati sariling laman. Ang mga mapangarap ay nandudukot ng pitaka, ang mga tamad ay humihithit ng solvent.

Kung makakapag-aral ka, kung alam ng teacher mo ang

itinuturo n'ya, kung hindi taon-taon magtataas ng tuition fee ang iyong paaralan, kung hindi mauubos ang oras n'yo sa kaka-protesta, kung recognized ng DECS o CHED ang eskwelahan mo at makakapagtapos ka dito, swerte.

Kung makakahanap ka ng trabaho, kung makakapasok ka sa kumpanyang tapat sa paghuhulog ng kontribusyon sa SSS, Pag-ibig, at Philhealth; kung tama at nasa oras magpa-sweldo ang employer, kung hindi magsasara ang kumpanya at kung hindi ka nito paaalisin dahil sa patuloy na pagbagsak ng ekonomiya, swerte.

Ano man ang trabaho mo, kailangan mong dumaan sa lubak-lubak, binabaha, mausok, at matrapik na kalye araw-araw. Magbabayad ka ng pamasahe na taun-taon nagtataas. Kung hindi ka maho-hold-up sa jeep ng mga bandido o pulis, swerte.

Walang toilet paper ang mga pampublikong palikuran dahil inuubos lang ito ng mga tao at iniuuwi sa bahay. Wais ang tawag sa kanila. Magandang abilidad ang pagiging wais at hinahangaan ang magaling lumusot. Kung pwede kang makalibre, hindi ka dapat magbayad. Kung pwede kang maka-dalawang libre, hindi ka dapat umuwi nang isa lang ang dala. Kung may kakilala kang magpapadali sa paglakad ng mga pampubliko mong dokumento, ayos. Kung kaya mo 'tong gawin lagi, pwede kang kumita sa pagiging fixer. Pagtatawanan ka kung palalagpasin mo ang mga tao at pagkakataon na pwedeng pagka-perahan.

Nakatira ka sa isang bansa kung saan maraming presidente, kung saan ang pangangampanya ay nag-uumpisa tatlong-taon bago ang halalan, kung saan tatlong-taon ang halalan, kung saan ang artista ay politiko at ang politiko'y sirkero, kung saan ang bureau of investigation ay napapasabog at ang mismong mga senador ay paulit-ulit na nananakawan ng kotse.

Ang taong-bayan ay bumoboto sa kandidatong gusto nilang pagsilbihan. Ang basehan sa pagpili ay ayon sa kasikatan ng kandidato, sa kabutihan ng papel na ginampanan n'ya sa isang pelikula, sa ganda ng kanyang ngiti, o sa kaawa-awa n'yang estado.

Ang mga pinunong-bayan mo ay masipag sa mga proyektong inumpisahan isang buwan bago ang halalan. Natapos man, kasalukuyang inuumpisahan, o pinapangarap pa lang, nakalista na ang isang project bilang achievement sa mga ipinapakalat nilang fliers tuwing eleksyon. Ang kaakmaan nila sa posisyon ay nakasalalay sa kakayanan nilang kumanta, sumayaw, kumain nang naka-kamay, kumarga ng bata, at makipagkaibigan sa mga religious leader na kapwa nila politiko.

Ang mga kumikitang pelikula ay yung tungkol sa itlog, kangkong, gatas, pinya, at talong. Ang mga mabiling libro ay yung koleksyon ng mga patawa. Ang mga pinapalabas sa sine ay pinagbibidahan ng mga balikbayan na hindi nakakapag-Tagalog, samantalang ang mga manlalarong balikbayan na mahusay naman sa bola ay pinalalabas ng bansa.

Ang mga jeep at bus ay humihinto kahit saan at kahit gaano katagal. Ang mga mamamayan ay tumatawid sa ilalim ng overpass at sa ibabaw ng underpass, nagtatapon ng basura sa kalye, umiihi sa pader, nagtitinda sa bangketa, at nagtatayo ng kubo kahit saan.

Ang mga muhon ay ginigiba, ang mga kagubatan ay kinakalbo. Ang mga probinsya ay walang ospital, ang mga ospital ay walang bulak, ang mga eskwelahan ay walang upuan, ang mga sundalo ay walang baril, ang mga kalalakihan ay walang trabaho, ang karamihan ng tao ay walang pakialam, ang karamihan ng politiko ay walang utak, at yung ibang may utak... walang puso.

Sa bawat selebrasyon ng bagong taon, may mga bagong

biktima ng ligaw na bala at paputok. Paulit-ulit, walang nadadala. Laging may kakatwang traffic volume reduction scheme, kung saan para lumuwag ang daan ay ipinagbabawal ang mga sasakyan. Laging may kurakot na presidenteng iniluluklok at sinisipa. Laging may gustong gumahasa sa konstitusyon. Laging may ginagawang batas na hindi naman ipinapatupad. Laging may artistang nahuhulihan ng droga sa ibang bansa. Laging may mga pelikulang hindi mapagdesisyunan kung bastos o masining. Laging may estudyanteng nagbubuwis ng buhay sa hazing. Laging may bumabagsak na eroplano. Laging walang manifesto, walang lisensya, over loaded, hindi sea-worthy, at maraming violations ang mga barko, pero lagi ring walang alam ang mga kinauukulan hangga't walang nadidisgrasya. Ganoon din ang mga sunog na maramihan kung lumamon ng buhay at ari-arian. Mahirap magpatupad ng batas, pero madali maghanap ng violations pag oras na ng sisihan. What a fucking way to die! sambit ng isang balikbayan nang mabalitaan n'ya ang mga taong natabunan ng basura, nasunog sa pagkakakuryente, at nalunod sa tubig ulan nang gumuho ang mga bundok ng basura sa Payatas. Paulit-ulit, ulit, ulit... ulit. Walang nadadala, walang nasusolusyonan. Ang tanging napapala natin ay ang relief goods na ipinamumudmod ng mga politiko tuwing may camera, ang walang katapusang imbestigasyon ng gobyerno, ang walang kinahihinatnang mga diskusyon sa radyo, ang walang awat na turuan sa mga dyaryo, at ang mga halloween special sa TV na buong sipag na nangolekta ng mga nagmumultong biktima. Sa kabuhayang hinahanap ng mga tao, dole outs ang sagot ng gobyerno.

Kung totoong ganyan ang Pilipinas, sino pa nga ba ang gustong maging Pilipino?

Sa kabila ng mga kapintasang nabanggit, masasabing ginusto ni Barth Suretsky, isang Amerikano, na maging Pilipino nang magpasya s'yang manirahan dito. Pero napansin n'ya ang isang problema na sa tingin n'ya ay malaking dahilan kaya hindi tayo umuunlad. Eto ang pananaw n'ya, isina-Tagalog:

> Hindi biglaan ang naging desisyon ko na manirahan sa Maynila. Nagtrabaho ako dati sa New York bilang outside agent ng PAL, at nagpabalik-balik sa Pilipinas simula noong Agosto, 1982. Dahil sa sobrang paghanga ko sa bansa, at sa mga interesanteng tao na nakasalamuha ko at naging malapit kong kaibigan hanggang sa ngayon, humiling ako ng isang taong bakasyon sa pagtuturo para manirahan sa Pilipinas. Dumating ako dito noong Agosto 21, 1983, ilang oras lang mula nang mabaril si Ninoy Aquino, at nanatili ako rito hanggang Hunyo, 1984. Sa taong 'yon marami akong nabisita sa bansa, mula sa Laoag sa hilaga hanggang sa Zamboanga sa timog, kabilang na ang Palawan. Masyado akong na-engganyo sa kultura at kasaysayan ng arkipelago. Nangolekta rin ako ng mga antigong gamit ng mga katutubo mula hilagang Luzon hanggang Mindanao.
>
> Muli ko ring binisita ang Pilipinas sa mga taong 1985, 1987, at 1991, bago ako tuluyang nagdesisyon na permanenteng manirahan dito noong 1998. Mahal ko ang bansang 'to, pero hindi nang walang kapintasan, at 'yan ang layunin ng lathalaing ito.
>
> Pero una, gusto kong banggitin na hindi ko nanaisin na manirahan sa iba pang lugar sa Asya, kahit gaano pa kaganda ang ilang bagay sa mga karatig-pook na 'to. Dahil una, at pinaka-importante sa lahat, sa kabila ng mga

kapintasan nito, demokratiko pa rin ang Pilipinas, higit sa ano pa mang bayan sa Asya. Sa kabila ng sobrang corruption, buhay pa rin ang katarungan dito. Kung saka-sakaling kakailanganin ko man, mas kampante ako sa mga hukuman dito kesa sa mga bansa sa paligid nito. Walang kaduda-duda na ang mga mamamayahag dito ay ang pinakamalaya sa Asya. At kung may isang bagay man na magiging sukatan ng demokrasya sa isang bansa, ito ay ang kalayaan ng mga mamamahayag.

Pero sa kabila ng lahat, ang Pilipinas ay isa pa ring demokrasyang may kapintasan, at ito ay malalim na nag-uugat sa kaisipang Pilipino. Ang pangunahing problema sa tingin ko, matapos ang maraming taon ng pagmamasid, ay ang mababang pagtingin ng bansa sa sarili n'ya, isang nakakabahalang kakulangan sa sariling dangal bilang Pilipino.

Nitong nakaraang Abril ay nanatili ako nang walong araw sa Vietnam, bumisita sa Hanoi, Hue, at Ho Chi Minh City. Wala akong gaanong nalalaman tungkol sa Vietnam, pero hindi maitatanggi ang nakita ko dati: Nakita ko ang bansang sinalanta nang walang katulad sa loob ng 30 taon ng patuloy na giyera.

Nang matapos ang giyera sa Vietnam noong Abril, 1975, sirang-sira na ang bansa. Pero sa nagdaang 25 taon, halos milagrong naghilom ang bayan at muling binuo ang sarili nito. Muling tinamnan ang mga kanayunan at binuhay ang kagubatan. Nilinis din at tinamnan ng puno ang mga kalye. Nagkalat ang mga istilong Pranses na kapihan sa kalsada ng Ho Chi Minh City. Hindi ko pinupuri ang pamahalaan ng Vietnam na may mahaba pang lalakbayin tungo sa demokrasya, pero pinupuri ko nang lubos-lubos ang pagmamahal ng mga Vietnamese sa sarili. Ang pagmamahal na 'to ng mga Vietnamese ang s'yang naging dahilan kaya naisagawa ang hindi kapani-paniwalang muling pagbuo sa nasirang bansa.

Nang bumalik ako sa Maynila, naging masyado akong malungkot, umabot na 'to sa pagkakasakit ko ng ilang araw. Bakit? Balikan natin ang panahon noong naging parang Vietnam din ang Pilipinas. Noon ay 1945, katapusan ng Ikalawang Digmaang Pandaigdig. Ang Maynila, katulad ng iba pang lungsod, ay lubhang napinsala. (Sa katunayan, hindi alam ng marami, pero Maynila ang pangalawang pinakanapinsalang lungsod sa buong giyera, kasunod lang ng Warsaw!) Pero higit na nakakalungkot kung ikukumpara ang Maynila noong 1970, 25 taon pagkatapos ng giyera, sa Ho Chi Minh City, 25 taon pagkaraan ng sarili nitong giyera. Simula noong panahon na 'yon ay nakakabahala na ang paglala ng sitwasyon sa bansa.

Meron tayong lungsod na puno ng mga taong kalye, pulubi, at squatter. Meron tayong lungsod na nagbabaha tuwing may malakas na pag-ulan, at nawawalan ng kuryente sa bawat pag-kulog. Meron tayong lungsod na may lubak-lubak na daan, at sa mga ginagawang kalye na 'to ay meron tayong problema sa trapiko na walang kapantay sa buong mundo. Meron tayong mga bastos na driver, mga taxi na karaniwang tumatanggi sa pasahero dahil sa "many trappik!" Isinumpa rin ang mga kalye natin sa pagkakaroon ng mga sira-sirang bus na nagbubuga ng polusyon. Meron tayong sistema ng edukasyon na nagpapahintulot sa mga bata na mag-aral sa mga eskwelahang walang upuan o libro. Ang mga guro ay binabayaran ng sweldong kahiya-hiya sa sobrang liit, nakakapagtaka na meron pa ring gustong pasukin ang linya ng pagtuturo. Meron tayong giyera sa Mindanao na wala yatang may alam kung paano matatapos. Parang ang tanging patakaran lang sa pagsugpo sa giyera ay ang pagkilos ayon sa kung anuman ang mangyayari sa bawat araw, walang pangmatagalang plano. Marami pang maaaring banggitin, pero wala rin namang patutunguhan ito at masakit lang isipin. Nasasaktan ako dahil sa kabila ng lahat, mahal ko ang Pilipinas.

Siguro masyadong simple pakinggan, pero katulad ng sinabi ko sa itaas, matibay ang paniniwala ko na ang pinakamalaking problema ng bansang 'to ay ang kakulangan ng pagmamalaki bilang Pilipino. Nabanggit sa akin minsan ng isang kaibigan: "Lahat ng Pilipino gustong maging ibang lahi. Yung mga mahihirap, gustong maging Amerikano, at yung mga mayayaman gustong maging Kastila. Walang may gustong maging Pilipino." Siguro mababaw ang pahayag na 'to kung pakikinggan, pero may kakilala akong Pilipino na talagang hindi pumapasok ng sinehan hanggang hindi pa tapos tugtugin ang pambansang awit, ayaw n'ya kasing bigyang dangal ang sarili n'yang bansa. At may isa pa kong kilala na nagsasabing natapos na daw at namatay ang kasaysayan ng bansa noon pang 1898 nang lumisan ang mga Kastila!

Sabihin man nating napakadalang ng mga ganitong halimbawa ng pagtanggi sa sariling bansa, hindi pa rin maganda ang katotohanan. Kadalasan ay sinasamba ng mga Pilipino ang anumang galing sa ibang bansa. Kung galing ito sa Italy o France, siguradong mas mainam 'to kumpara sa anumang gawa sa Pilipinas. Kung ang isang ideya ay galing sa Amerikano o Aleman, tiyak na higit itong mainam sa anumang kayang isipin ng Pilipino. Ang mga dayuhan ay laging iniidolo at tinitingala. Pwedeng pumunta ang mga dayuhan kahit saan nang hindi sinisita. Naaalala ko nang dumalo ako sa isang pagtitipon sa isang museo kelan lang. Nakalimutan kong dalhin ang invitation. Habang mahigpit na hinahanapan ng invitation ang mga Pilipinong pumapasok sa museo, ako nama'y pinalagpas lang.

Sa sobrang dalas mangyari ng mga ganitong bagay dito sa Pilipinas, tinanggap na 'to bilang kagawian. Lahat ng bagay na 'to, ang di-makatwirang respeto sa mga dayuhan sa simpleng kadahilanan na hindi sila Pilipino, ang duda at kawalang paggalang na ipinapakita sa mga produktong lokal, ang pagbabalewala sa anumang Pilipino, ang pagkawalang respeto ng mga taxi driver, ang mga pangit na ugaling ipinapakita ng maraming Pilipino ay sintomas ng kakulangan sa pagmamahal sa sarili, ng respeto at pagmamahal sa bansang kanilang kinagisnan, at higit sa lahat, ng kaisipan na sumuko na sa paghahangad ng pagbabago at kaunlaran. Karamihan ng Pilipino, pag pinakitaan ng ebidensya ng karayaan sa gobyerno, politikal na panloloko, o sobrang panlalamang ng mga negosyante, ay kibit-balikat lang na magsasabing, "bahala na." Hindi man ganito lagi ang kaso, hindi maitatangging kaya pakiramdam ng Pilipinong kinakawawa s'ya lagi ay dahil hinahayaan n'ya ang sarili n'yang maging kaawa-awa. Walang pagmamahal sa sarili.

Isa sa mga malinaw na halimbawa ng kakulangan ng Pilipino ng pagmamahal sa sarili, ng mapagbalewala nilang saloobin sa sarili nilang kasaysayan o kultura, ay ang kalunos-lunos na kalagayan ng mga arkitekturang muhon sa Maynila at iba pang lugar. Noong panahon ng mga Amerikano, maraming magagandang gusali ang itinayo sa istilong tinatawag nating "art deco." Ito ang mga naggagandahang gusali na itinatag noong panahong Commonwealth. Tatlo ang nananatiling nakatayo pa ngayon: ang Jai Alai Building, Metropolitan Theater, at Rizal Stadium. Salamat sa pagsisikap ng kaibigan kong si John Silva, ligtas na ang Jai Alai Building. Pero hangga't walang ginagawa para sa pinakamaganda at orihinal sa tatlong obra maestra ng arkitekturang Pilipino noong bago mag-giyera, ang Metropolitan Theater, masisira rin ito. Ang Rizal Stadium ay nasa kasing-sama ring kalagayan.

Nang gibain ang Frank Lloyd Wright's Imperial Hotel sa Tokyo, at ang pinakamaringal na gusali sa lungsod ng New York, ang Pennsylvania Station, noong 1963, sinabi ni Ada Louise Huxtable, isang mamumuna ng mga arkitektura sa New York Times: "Ang kulturang pwedeng itapon basta-basta ay walang karapatang tawaging sibilisasyon ang sarili n'ya!" Tama s'ya! (Buti na lang ang pagkasira sa Pennsylvania Station ay naging dahilan para sa pagkakabuo ng New York's Landmark Commission. Kung magkakaroon lang ng ganoong komisyon dito sa Maynila...)

Meron bang basehan sa kasaysayan na maaaring dahilan ng kakulangan sa pambansang pagmamalaki? Masasabing bago dumating ang mga Kastila, walang anumang diwa ng pinag-isang arkipelago ang Pilipinas bilang isang bansa. Totoo. Masasabi ring nalagpasan ng matataas na kultura ng mga karatig-bansa ang Pilipinas: walang Angkors, walang Ayuttayas, walang Borobudurs. Totoo. Bukod sa mga nagkalat na palayok ng Song dynasty sa buong arkipelago, walang naging kapansin-pansing epekto ang dantaong pakikitungo ng mga Khmers at Tsino. Totoo. Pero bukod sa lahat ng iyan, ano nga ba ang nandito?

Una, ang rice terraces na may banta na ngayon ng pagkasira, ay isang kahanga-hangang pagpapamalas ng kakayanan ng mga sinaunang tao. Sa katunayan, nang una ko itong makita noong 1984, halos matulala ako tulad nang una kong makita ang kagila-gilalas na Inca city ng Machu Picchu sa kaitaasan ng Peruvian Andes. Ang antas ng sining na ipinapakita sa iba't-ibang tribo ng Cordillera sa Luzon ay pagpapatotoo sa isang kahanga-hangang kultura, nangunguna sa rehiyon ng timog-silangang Asya. Ganon din ang Mindanao, sa kabilang dulo ng arkipelago, na nagpamalas ng mataas na antas ng sining sa dantaon nilang pag-ukit, paghabi, at paggamit ng metal.

Pero ang pinakanakakagulat na aspeto nitong kakulangan sa pambansang dangal at kasarilinan na makikita sa karaniwang Pilipino, ay ang kamangmangan sa kasaysayan ng arkipelago simula nang pag-isahin ito ng Espanya at tawaging Filipinas. Ang kahanga-hangang kwento tungkol sa Galleon de Manila, ang matapang na pagtataboy sa mga manunupil na Holandes at Ingles noong ikalabing-anim hanggang ikalabing-walong siglo, maging ang simulain ng mga kilusang naghahangad ng kasarinlan noong ikalabing-siyam na siglo, ay hindi batid ng ordinaryong Pilipino sa ano mang makahulugang paraan. At salamat sa limampung taon ng panlilito ng Amerika, kaunting Pilipino lang ang nakakaalam--o may pakialam--sa panlilinlang na ginawa ng mga Amerikano at Kastila para mapawalang kabuluhan ang kalayaang naiproklama ni Aguinaldo noong Hunyo 12, 1898. Ang mga taong walang diwa ng kasaysayan ay mga taong itinadhanang mapagkaitan ng kamalayan sa sarili nilang kasarilinan.

Nakakalungkot sabihin, pero totoo, na ang nakararaming Pilipino ay nabibilang sa kalunos-lunos na ganitong uri.

Kung hindi mo alam kung sino ka, paano mo maipagmamalaki ang sarili mo?

Hindi ito isang pagpapasimple sa mabigat na problema. Sa kabilang dako, ito ang mismong pinag-uugatan ng mababang pagtingin ng Pilipinas sa sarili n'ya. Hanggang hindi natututunan ng Pilipino na ipagmalaki ang kanyang pagiging Pilipino, hindi malulunasan ang mga ganitong karamdaman ng kaluluwa. Kung makakatulong man ang mga naisulat ko dito, sa kahit gaano kaliit na paraan, para lang malaman ng Pilipino kung sino s'ya, kung sino s'ya noon, at kung sino s'ya pwedeng maging, tunay ngang ako'y magiging isang maligayang mangingibangbayan.

(Hindi lahat ng mangingibangbayan ay katulad ni Mr. Suretsky. Kaya nakakalungkot isipin na matapos ang tatlong-taon n'yang pamamalagi sa bansa ay magiging biktima s'ya ng isang krimen.)

The Parable of the Mountain Bike
by Orion Pérez Dumdum

Once upon a time, there was an American Peace Corps volunteer named Sam. Sam was a nice, good-natured 29-year old white Anglo-Saxon guy who stood tall at 6 ft. 7" and enjoyed playing basketball. Sam also loved riding around in his mountain bike, which he christened "The American Way." In one of his assignments, Sam was made to go to a remote village in the Philippines, and he was made to stay with one family which had a 6 year old boy named Felipe. Sam never left behind his mountain bike "The American Way," and he thus brought it along with him. See, "The American Way" was a specially-crafted and customized bike, built specifically for Sam's huge build and height. It was built with all his preferences into account, so that Sam was practically the only person who could maximize its comfort and features.

Sam was indeed a nice guy. He blended in well with the Filipino family, he learned Tagalog, and he taught them English. He helped out in the chores, and he and Felipe developed a strong friendship. Felipe always referred to Sam as "Uncle," since his parents taught him to refer to older people as "Tito." Of course, in English, Felipe used "Uncle...."

To Felipe's eyes, Sam, was the ideal person. Felipe often told his Tatay and Nanay, "When I grow up, I want to be just like Uncle Sam."

Sam taught Felipe lots of things. He taught Felipe how to play basketball, and caused Felipe to become so enamored with the sport, despite the fact that excelling in basketball usually favored tall people, not short ones. He also showed Felipe all his mountain bike stunts, and made Felipe want to learn more about riding a bike. Every time Sam rode the bike, he told Felipe how nice it was to have a mountain bike, and how FREE one was to go wherever he wanted. Time went by, and Felipe really wanted to try riding the bike named "The American Way." Well, since Sam needed it in his job, he always brought it along with him. Felipe never got the chance to try it out. Sam somehow sensed it... Sam knew he needed to do something....

After two years of staying with Felipe's family, Sam was now due to return to the USA. On the day Sam was about to be fetched to be brought to the airport, Sam said that he was LEAVING BEHIND his mountain bike, "The American Way" as a GIFT to Felipe. Felipe was overjoyed. Sam hugged Felipe and they both tearfully said their goodbyes.

Felipe was sad to see his "Uncle Sam" go. But yet, he was also happy that he now had this GIFT of the "American Way" for him to ride and enjoy.

Eight year old Felipe tried out the huge mountain bike. He could hardly reach the pedals, nor could his hands reach the handlebars. He constantly fell and scratched his knees. "Hmmmm, maybe tomorrow, I'll try again", he thought....

Next door neighbors were getting concerned about the short 8-year old Felipe's attempts to ride the huge mountain bike that was custom-built for a 6 ft. 7" white adult. They told him, "Felipe, we think you need to use a smaller bicycle with trainers first..." Stubbornly, Felipe did not heed their advice. He continued on attempting to use "The American Way" mountain bike, and responded to them that "This was a GIFT my Uncle Sam gave me! I'm going to use it whether you like it or not!"

In the meantime, some neighbors' children were able to buy cheap second hand, smaller bicycles fitted with trainers, and thus the neighbors' little kids learned to bike. They had trainers (the pair of little tires at the back used for beginners) and later on, the trainers would be slightly raised, until they learned balance. Felipe took no notice of these little kids who were his peers. After all, the little bicycles they used were all CHEAP, lousy, locally-made bicycles, while his, "The American Way," was a special, top-of-the-line, imported, "made in the USA" Mountain Bike which originally cost more than the whole rural village's entire monthly income combined. (2,500 USD for a rather "specially made" mountain bike.... Certainly so much more than the rural village's monthly income combined.)

Day in, day out, little Felipe continued to fall off the huge mountain bike. It was unfortunately unadjustable due to the fact that it was specifically tailor-made for Sam's huge build. The farthest that Felipe could go was just a few meters before losing control and then falling on the side.... Years passed, and Felipe still continued in the same "move a few meters, wobble, then fall" cycle.

He never learned to bike properly. Even in adolescence, he was never tall enough to properly reach the pedals and sit on the mountain bike comfortably and go anywhere with it. He'd always continue to move a few meters, lose control, fall on the side, and get scratched and bruised.

Young Felipe never learned to bike properly, yet his next door neighbors, the ones who used cheaper, second hand, small bikes with trainers, had all been able to upgrade their bikes as the years went by. As it happened, the little kids who started off with trainer-bikes learned to bike properly, took off the trainers, and they then used their biking skills later on to make money. Some used their biking skills to deliver mail, newspapers, and the like. Those who delivered mail and others, made enough money which they saved to upgrade their bikes.

Young Felipe now saw what was happening. Here he was, the "kid with the most expensive mountain bike in town," yet he never learned to bike properly, while the other kids with the smaller cheapo-bikes were able to learn properly and later on upgrade.

"The American Way," the great mountain bike that Felipe's "Uncle Sam" gave to him as a gift had let him down. It was far too big. It was far too heavy. He couldn't sit on it properly, as its proportions were made for a 6 foot 7" grown Caucasian, while Felipe was a very SHORT young boy.

His parents, his neighbors, his friends, all told him that using the gargantuan mountain bike that was too big for him wasn't going to work. Many years passed with the same sad results.

But poor young Felipe, now at 15 years old, still defiantly retorted back to them, "My Uncle Sam gave me this wonderful mountain bike which was christened 'The American Way...' I will continue to use it whether you like it or not...."

National pride... history....

Sabi dati ni Fr. Ben A. Carreon, kilala raw ang mga Hapon dahil sa pagkamakabayan nila. Lagi raw dinadala ang mga bata sa paanan ng Mt. Fuji at sinasabihan ng: "Ito ang pinakamagandang bundok sa buong mundo. Ibinigay ito sa atin ng Diyos." Madalas ding ipinapakita sa klase ang bulaklak na chrysanthemum, at sinasabi ng teacher na: "Ito ang pinakamagandang bulaklak sa buong mundo. Ibinigay ito sa atin ng Diyos."

Sa ganitong paraan itinuturo sa kabataan ang pagmamahal sa sariling bayan. Dahil kung ginawa raw ng Diyos na maganda ang mga bagay na ibinigay N'ya sa mga Hapon, maliwanag na mahal ng Diyos ang mga Hapon.

Kulang lang nga ba tayo sa pagmamalaki? Ito ba ang dahilan kaya pinalitan ng Philippine eagle ang maya bilang pambansang ibon? May mali nga ba sa mga simbolo ng ating kasarilinan at idelohiya?

Ang pangalang Juan dela Cruz na ginagamit nating pantukoy ngayon sa mga Pilipino ay nagmula sa isang peryodistang Scottish na nagtrabaho sa Manila Times noong 1900s. Ibinase raw ito ni R. McCulloch-Dick sa pangalang pinakamadalas makita sa mga blotter ng pulisya noon. Kung may kinalaman ito sa estado ng pagkatao natin ngayon, hindi ko alam.

Nabanggit sa librong Tamad nga ba si Juan? na meron na palang nagmungkahi dati na palitan ang pangalan ng Pilipinas. Walang pahintulot daw kasi tayong pinangalanan ng Filipinas o Philippines na hango sa pangalan ng hari ng Espanya. Tanda ito ng pagiging alipin natin sa kamay ng mga manunupil, at hindi kumakatawan sa tunay nating adhikain at kaisipan. Ipinagdiriwang lang ng "Philippines" ang kahiya-hiyang pagsakop sa atin, lalo na't ang hari pala ng Espanya na si Philip II ay kilalang mahiyain, walang kibo, at hindi progresibong pinuno.

Maraming bansa na rin ang nagpalit ng pangalan. Ginawang Thailand ng mga Thais ang "Siam" para maging "Land Of The Free" dahil hindi sila nasakop kailan man. Ang Democratic Republic of Congo ay naging "Zaire" o "ilog" dahil naging mabuti sa kanila ang Congo River. Pagkabalik sa Palestine, tinawag namang "Israel" ng mga Jews ang bayan nila alinsunod sa "Israel" ng Bibliya.

Sa bansa natin, "Milyong Bayani" ang iminungkahi ni Atty. Florante Yambot dahil sa milyong tao na gumanap sa EDSA Revolution noong 1986. Eksakto raw ang pangalan para sa lahat ng mamamayan, anuman ang katayuan sa lipunan, edukasyon, at pangangatawan. Bibigyan daw nito ng tiwala sa sarili ang mga Pilipino bilang mga taong may kakayanan, at ipagsisigawan sa buong mundo ang kagitingan natin at pagkakaisa.

Isa pa rin sa mga pangalang pinakamadalas imungkahi ay ang "Maharlika" na nangangahulugang "Taong Malaya." Pero may isang kolumnista na nagsabing dahil karaniwan daw na alipin ang mga Pilipino sa iba't-ibang bansa, mas akma tayong tawaging mga "Alipinos," mga mamamayan ng "Alipines."

Ang librong Tamad nga ba si Juan? ay isinulat ni Joaquin Sy. Bukod sa interesanteng paksa ng libro, binasa ko ito dahil sa kapansin-pansing apelyido ng may-akda na naglalaman lang ng isang pantig-"Sy." Naisip ko, bakit gustong makisali ng isang Tsinoy sa problema ng bansang pwede n'ya namang itatwa ano mang oras? Naitanong ko ang bagay na madalas ding itanong sa akin ng mga nag-aakalang isa akong Tsinoy.

Pero ano nga ba ang problema kung isang pantig lang ang apelyido ng isang manunulat na naghahangad ng mas maunlad na bansa? Kung ako'y naging Tsinong Pilipino, hindi na ba 'ko akmang makialam sa bayan na kinabibilangan ko? Kung hindi "Maharlika" ang Pilipinas, mas mahirap ba tayo? Kung magiging "Alipines" ang Pilipinas, makakatulong ba ito? Mas babango ba ang rosas kung mag-iiba ng pangalan?

Bago Maging Kulelat
ni Joaquin Sy

Kamakailan, habang sakay ng pampasaherong dyip, isang nakatutuwang palabas ang aking nasaksihan.

Tumatakbo noon ang sasakyan sa isang kalyeng mistulang munting smokey mountain dahil sa mga nakatambak na basurang sabihin pa'y naghahatid ng di-nakawiwiling amoy sa ilong ng mga nagdaraan, pasahero man o naglalakad.

Isang babaing pusturang-pustura ang marahil ay hindi nakatiis sa masamang amoy. Pagkatapos ireklamo ang aniya'y ka-inutilan ng pamahalaan sa pagsasagawa ng mga simpleng serbisyo publiko gaya ng paghakot ng basura, ikinumpara niya ang karumihan ng ating paligid sa kalinisan ng mga lugar sa ibang bansa na kanyang napuntahan. Sa dinami-dami daw ng lugar na narating niya, wala pa siyang nakikitang kasindumi at kasimbaho ng paligid natin. At sa himig na may bahid paghahambog, inisa-isa niya ang mga bayang narating niya na.

Sa hinaba-haba ng monologo ng babae ay wala namang nakaisip sumabad sa kanya. Lahat ng pasahero'y nakuntento sa pakikinig sa kanyang mga sinasabi. Pero nang siya'y bumaba, isang lalaking nakaupo sa tabi ng tsuper ang marahil ay hindi nakatiis sa may bahid panlalait at pang-uuyam na pagpintas ng babaing pusturyosa sa ating paligid.

Wari'y nasaktan sa mga sinabi ng babae, bumirada ng ganting-monologo ang lalaking biglang nagkalakas-loob magsalita nang makitang bumaba na ang babaing "kulang ang pagmamahal sa sariling bayan."

Akala mo kung sino ang babaing iyon, sabi ng lalaki. Sobrang magsalita. Masyado naman daw nilalait ang bayan natin. Kung tutuusin daw, hindi pa naman tayo ang pinakamabaho at pinakamaruming bansa. May mga bansa pa raw na mas mabaho at mas marumi kaysa sa atin.

Kung alin-alin ang mga bansa na mas mabaho at mas marumi kaysa sa bayan natin ay hindi naman sinabi ng lalaking "matindi ang pagmamalasakit sa sariling bayan." Wala naman siyang ibinigay na halimbawa.

Pagkatapos marinig ang mga sinabi ng ating "tagapagtanggol," hindi ko na napigil na malibang at mangiti. Naisip ko na kung sana'y nagkalakas-loob lang na magsalita ang lalaking "matindi ang malasakit sa sariling bayan" habang nagbubuga ng apoy ang babaing "kulang ang pagmamahal sa sariling bayan," eh di sana'y makulay na dayalogo o debate ang napakinggan ng iba pang pasahero gaya ko sa halip na dalawang magkahiwalay na monologo.

Kahit papaano'y masakit din sa aking tenga ang pagpuna ng babaing pusturyosa sa ating paligid, paano'y higit na nagingibabaw ang kahambugan at himig na nanlalait sa halip na tapat na pagmamalasakit sa pinatutungkulan ng pagpuna, pero hindi rin naman ako saludo sa klase ng "pagmamalasakit" na ipinakita ng ating "tagapagtanggol."

Kahit saang anggulo tingnan, mahirap yatang lunukin ang katwirang "eh ano kung mabaho tayo, may mas mabaho pa naman sa atin ah!"

Sa halip na ikinukumpara ang ating sarili sa mga mas marumi at mas atrasado kaysa sa atin at nakukuntento sa kaalamang "hindi pa tayo ang kulelat," hindi ba't dapat lang na sikapin nating umangat at makapantay sa mga mas malinis at mas maunlad kaysa sa atin?

At sa puntong ito, sa aking palagay, kaysa ipaubaya ang ating tadhana sa mga pulitiko at opisyal ng gobyernong sine-seryoso lang ang serbisyo publiko kapag nakokonsensiya o kaya'y malapit na ang eleksyon, makabubuting umasa din tayo sa sarili at tunay na pairalin ang tinatawag na disiplina.

Sa paminsan-minsang pagkakataon na ako'y nakapangibang-bansa, may dalawang maliliit na insidenteng aking nasaksihan na para sa aki'y konkretong halimbawa ng disiplina at malinaw ding paliwanag kung bakit may mga bansa na halos hindi kapanipaniwala ang kalinisan ng paligid.

Una'y ang matandang lalaki sa parke na pagkatapos manigarilyo habang nakasalampak sa damuhan ay tumayo at naglakad ng mga ilampung hakbang upang itapon ang upos sa pinakamalapit na basurahan, at pagkatapos ay bumalik sa pagkakasalampak sa damuhan.

Ikalawa'y ang sinisipung kabataang lalaking mukhang estudyante sa unibersidad na pagkatapos suminga sa napkin sa loob ng siksikang tren ay ibinulsa ang napkin sa suot na dyaket sa halip na ihulog sa sahig ng tren.

Isipin natin, kung ang mga naninirahan sa isang lugar ay may mataas na pagpapahalaga sa kalinisan ng paligid, maaari kayang maging marumi at mabaho ang isang lugar?

Bukod sa mahigpit na disiplina, siyempre pa'y hindi kailaman maaaring pairalin ang kaisipang "hindi pa naman tayo ang kulelat."

Sa alinmang larangan ng ating buhay bilang bansang nagsisikap makaahon mula sa kumunoy ng kahirapan at maigpawan ang di-mabilang-sa-daliring mga problema, para tayong nagpapatiwakal kung paiiralin pa ang kaisipang ito.

Kaysa nagkakandahubo sa paghabol kung tayo'y huli na, dapat siguro'y umarangkada na tayo habang maaga pa para hindi na tayo maging huli na'y kulelat pa.

Higit sa lahat, kaysa ipinapakita natin ang ating "pagmamalasakit" sa bayan sa pagtatakip at pagtatanggol sa ating mga kahinaa't kapintasan, mas nararapat sigurong harapin natin ang mga kahinaa't kapintasang ito at gawin natin ang ating magagawa sa pagpapaganda at pagpapaunlad sa ating bayan, upang ang sinumang tao, dayuhan man o kababayan, ay hindi magkaroon ng pagkakataong ito'y laitin o pintasan. Hindi ba?

At napag-usapan na rin lang naman ang ang mga Tsinoy, babanggitin ko na rin ang obserbasyon ng website na Get Real Philippines tungkol sa kanila:

> Hindi na natin kailangan pang tumingin sa napakalayo para makakita ng mga kwento ng tagumpay. Dito mismo sa bansa natin, nagawa ng mga Tsinong Pilipino ang malaking hakbang mula sa pagiging mababang-uri ng mamamayan hanggang sa pagiging hari ng mga negosyo. Bagama't hindi lang sa bayan natin nangyari ang ganito, malinaw na nakatulugan natin ang isang palabas ng pag-unlad na nasa harapan lang natin. At nang magising na tayo, sa mga walang kwenta at marayang pamumulitika lang natin ibinuhos ang ating pagod.
>
> Sa kabila ng kahirapan at pangmamaliit, paano natin ngayon maipapaliwanag ang pagtatagumpay ng mga mababang mamamayan na 'to sa pagbuo ng mga mamahaling lupain mula sa mga liblib at hindi dinadayong

lugar, habang nagkakagulo naman at nagpapahirapan lang sa isat-isa ang mga nagmamay-ari ng sarili nilang tinubuang lupa? Malinaw na walang anumang dahilan ang katanggap-tanggap. Madalas nating sisihin ang pangit na pagpapatakbo sa gobyerno at kakulangan natin ng edukasyon. Pero naging kasama natin ang mga Tsino sa di-mabilang na dami ng mga walang-silbi at madayang pangasiwaan. Ang mga negosyo nila ay ipinatala rin sa mga ahensiya ng ating pamahalaan, at ang mga buwis nila ay ibinayad sa parehong gobyerno. Dumating sila sa pampang ng Pilipinas nang walang ano mang alam na salitang Ingles o Tagalog. Pero ngayon higit pang mapagkakatiwalaan ang mga bumbero nila kumpara sa mga tinutustusan ng gobyerno natin.

Sapat na ang mga libro at pag-aaral na naisagawa tungkol sa kulturang Tsino para malaman kung bakit ganito ang mga pangyayari. Hindi na rin kailangan ang masusing pagsusuri sa kulturang Pilipino para malaman kung ano ang dapat nating gawin. Ang simpleng pinupunto ng lahat ng ito ay ang katotohanang tayong mga Pilipino, kumpara sa mga Tsinong-Pilipino, ay hindi lubos na nagsikap para malagpasan ang mga balakid tungo sa kaunlaran.

Saan mang parte ng mundo, kayang paunlaran ng Tsino ang sarili n'ya. Samantalang ang mga Pilipino, kahit sa sariling bansa, ay nakakatikim ng panlalait galing sa mismong kababayan n'ya. Kung nagkaroon man ng mababang pagtingin o discrimination ang mga

Pilipino sa mga Tsinong Pilipino sa bansa, mas higit pa rin ang discrimination ng Pilipino sa kapwa n'ya Pilipino. 'Yan ang isa pang obserbasyon ng Get Real Philippines:

> Nag-aalala ka bang mababa ang maging tingin sa'yo ng ibang lahi pagnangibang bayan ka? Subukan mong tignan ang katayuan mo sa sariling bansa. Sa punto pa lang ng iyong pagsasalita, kulay ng balat, eskwelahan, at maging taas, hinuhusgahan ka na ng mismong mga kababayan mo.
>
> Sa harap ng mga dayuhan, tayong mga Pilipino ay bumababa sa katauhan ng mga mahiyain pero palangiti at maasikasuhing payaso. Hindi na nakapagtatakang masabihan tayong mapagbigay at palakaibigan. Sa konting talino, maraming dayuhan ang kayang makapasok at mapabilang sa mga pinakatatanging lugar at samahan. Kaya nilang pasukin ang mundo ng entablado, tangay ang puso ng mga pinagpipitaganan at makapangyarihan sa lipunan. Para sa atin, ang mapabilang sa kanila ay katibayan ng kasiguruhan natin ng lugar sa sarili nating lipunan. Si Imelda Marcos ang isang magandang halimbawa ng ganitong pag-uugali.
>
> Sa taas ng tingin at pagpapahalaga na ibinibigay natin sa mga dayuhan, masuwerte tayot hindi pa tayo nakakatagpo ng panibagong salinlahi ng mga manloloko't oportunista. Ganon pa man, higit pa ring pinakatatangi-tangi ang serbisyong iniuukol sa dayuhan sa mga banko at kainan. Kakaibang atensyon din ang ibinibigay sa anumang reklamo nila. Pero para sa mga sarili natin, ang pagrereklamo sa pangit na serbisyo, pagbanggit sa mga importanteng usapin, o ang seryosong paninindigan natin

sa ilang prinsipyo ay labag sa diwa natin ng pakikisama.

Sa isang programa dati sa TV kung saan imbitado ang mga Pilipinong flight attendant, binanggit nilang mabubuti at madaling pagsilbihan ang mga kapwa Pilipino bilang pasahero kumpara sa mga taga-ibang bansa. Pero ayon naman sa mga manonood na tumawag sa nasabing programa, madalang daw mamansin at hindi palangiti ang mga attendant sa mga pasaherong kapwa nila Pilipino. Discrimination?

Sa eskwelahan, naranasan kong makipagsiksikan at hindi pansinin ng registrar. Pero nang paharapin ko ang kaklaseng may dilang Amerikano, naibigay kaagad ang hinihingi ko. Discrimination?

Sa mga mall, napansin ko ring laging inuuna ng mga salesperson ang mamimiling may maputing balat. Ito, at ang pagpapatina ng buhok, pagpapataas ng ilong, at ang pilit na pagpapasalita nang English sa mga bata... discrimination, colonial mentality, o advantage? Ano man sa tatlo ay sumasalamin sa opinyon ni Suretsky: ...sinasamba ng mga Pilipino ang anumang galing sa ibang bansa. Kung galing ito sa Italy o France, siguradong mas mainam 'to kumpara sa anumang gawa sa Pilipinas. Kung ang isang ideya ay galing sa Amerikano o Aleman, tiyak na higit itong mainam sa anumang kayang isipin ng Pilipino. Ang mga dayuhan ay laging iniidolo at tinitingala.

The Starbucks Principle
by Nick Garcia

Haven't you noticed how Starbucks has taken the place of Megamall, Enchanted Kingdom, and Jollibee? Today Starbucks spells gimmick. Suddenly everyone is mad about coffee, and is willing to spend a whooping hundred bucks for "one tall mocha frappe please!" or "Ill have one grande iced coffee please!" Everyone claims it's different, it's something else, it's to die for. Instead of catching a nice flick at the cinema, the Filipinos' new idea of fun is to voluntarily park their buns at the café and gulp all the caffeine they can.

No one knows exactly why Starbucks has become the hot spot, when what they serve is just foamed Blend 45 for crying out loud. Oh, try pointing this out to Starbucks fanatics (i.e., the likes of teeny-boppers and kikay girls), and you can expect getting attacked on how little you know about coffee. Get ready with answers like "Duh! Starbucks isnt just coffee! Theyre ground beans and processed chocolate and skimmed milk! What do you know about that?"

They have a point there, though, because even in the United States, when you talk coffee, Starbucks comes first. Their ingredients are never questionable, and if I'm not mistaken, Starbucks is an established-since-year brand. In short, Starbucks is the coffee authority. But it ends there. Starbucks is coffee, period. Certainly not a gimmick place of some sort, not convincing enough as an alternative for the mall. This, I repeat, is the case in the United States.

But Starbucks invades Manila and here it becomes an obsession. As you may have already seen, the interiors of Starbucks cafes are all designed to create a distinct ambience. Notice from the Italian-tiled flooring, to the cowboy-motif wall covering, to the fancy lamps, tables and chairs crafted like those only seen in home magazines. Of course, who would miss the complicated bar counter, behind which all the grinders and blenders are displayed as if to remind you they really do process your cappuccino.

I mean who can resist frequenting a posh place like this? Instead of worrying about other important things, the typical kikay teenager puts on her best dress, and with her kikay friends goes straight to Starbucks where she orders "one tall caramel frappe please!" This takes time to prepare, which is fine. She feels rewarded by the fact that the ethical barista would shout her name across the room by the time her frappe is ready. After she claims it, she heads for the self-service corner where she takes excessive packets of extra sugar, extra cream, an inch thick of Starbucks tissue paper for souvenir. Then she sits by the front window, hoping someone she knows would pass by and see her drinking expensive coffee. She takes remarkably small sips in order to prolong her stay, like a real smart-ass.

During the entire process, there is the obligatory flaunting of Nokia Celphones, the occasional eruptions of "yeah" and "sure" here and there. You get the impression everyone in the room is from the conyo sector. Pathetic as it is, the Starbucks atmosphere is so contagious that it simply brings out the social climber in one.

You have to admit that the Philippine franchiser of Starbucks-whoever he is-deserves credit. He's certainly not stupid. He sees through us Filipinos, and definitely knows how to flatter us. Mr. Starbucks is aware of the average Pinoy desire to be associated and considered among the elite because well, in reality, the average Pinoy is far from being that. The average Pinoy home is less attractive than a place like Starbucks. The average Pinoy meal is without garnishes. The average Pinoy environment is less comforting and convenient than the service of Starbucks.

But when in Starbucks, the average Pinoy is instantly made to feel he's in New York, or Las Vegas, or Paris, or anywhere else but Manila-one probable reason why we Filipinos buy this flick. We are total suckers for anything that is western in concept. But Starbucks has gone beyond colonial mentality; it has become pure escapism. It helps us forget about the EDSA traffic jam, the hostages in Mindanao, and the decreasing popularity of Erap. In this age of harsh realities of poverty and chaos, anything that offers oblivion and temporary indulgence sells fast. No matter how costly it is.

With their little creativity in repackaging, Starbucks is no longer just coffee. It's already a religion. That we Filipinos practically worship that green logo with the exotic lady shows where we derive our strength to move on. It is from the promise of Starbucks every pay day.

Dating sulat ni Ryan Quijano, bisita ng Bobong Pinoy:

14 years na akong hindi bumabalik sa Pilipinas, miss na miss ko na pero marami akong nadidinig sa mga kaibigan kong bumisita. Sabi nila 1 week pa lang daw sila diyan gusto na nilang bumalik. Dahil daw yung mga ka-edad namin diyan (early twenties) very shallow at very materialistic daw. Walang alam gawin kundi mag-inuman, mag-disco, magchismisan at gumastos ng pera ng magulang nila. Kung kausapin mo para ka daw nakikipag-usap sa loro. Para bang napaka-inosente sa buhay at masaya na sila kung ang t-shirt or sapatos nila eh brandname. Kung sila ay nagta-try na maging Americanized at kaedad namin sila, eh dapat dun sila sa thrift store (second hand store) magsho-shoping dahil doon kami namimili. Yung mga boots ko, lahat made in China tapos second hand pa pati na ang mga maong ko. Nahihiya ba ako dito, no. Do I give a shit about Nike, hell no. Bakit ko uubusin ang pera ko sa mga kapritsong iyon kung mai-invest ko pa ito sa stock portfolio ko. Hindi kami nahihiya dahil it shows that we are practical and we have our own identity, The "in" thing now here in the States is to be young and owning your own very creative business and taking care of yourself. Because we know nobody else will do it for us, not the government, not our relatives, or any other fucking country out there. The entrepreneurial spirit of the Americans should be the one we should imitate. Not their brand names. I am sick and tired of hearing from the bobos that being

Americanized is a bad thing. Because they have a limited understanding and are just plain ignorant of what it is about being an American. Pilipino ako, I am proud that I am a Pilipino, pero I am proud that I am an American, too. I feel that the Philippines is my biological mother, no matter how she looks like, or no matter her character, I have to love her without question or hesitation. The United States is my adoptive mother. She took care of me, educated me, protected me, and provided for me, and I will always love her like I will always love my biological mother, if not more. Being an American does not just mean you're morally decadent, overly materialistic, divorce prone, and have no respect for the elder just as well being a Filipino does not mean you're a maid or a mail order bride. To me, being Filipino is being very creative, adaptive, having a great sense of humour, and adventurous. Being an American means being egalitarian (no dons, doñas, or senioritos), independent, fair, and farsighted.

"What concerns everyone can only be resolved by everyone."
Friedrich Durren-Matt

Sa isa pang sulatin ni Matthew Sutherland, binanggit n'ya na hindi magbabago ang traffic sa Metro Manila hanggang nananatiling sarado sa publiko ang kalye ng mga naglalakihang village at subdivision. At hangga't ang mga residente rito ay s'ya ring mga taong nagpapatakbo ng gobyerno, walang magbabago ng sistema.

Ayon nga sa website ng LakbayK-Tribo, kung nakikinabang tayo sa maling sistema, bakit natin 'to babaguhin? Sino ang hahatol sa kaugaliang nagbibigay sa kanya ng oportunidad? Bakit natin kamumuhian ang kamangmangan kung pinagkakakitaan natin ito? Kung ang pagyaman ng mga dukha ay mangangahulugan ng kabawasan sa kayamanan natin, gugustuhin pa rin ba natin silang umunlad? Nang ipag-utos dati ng pangulo ang belt-tightening at pagbawas sa sweldo ng mga opisyal ng ahensya ng pamahalaan, hindi lang isa ang umangal at nagsabing hindi na makatwirang bawasan pa ang P220,000 n'yang sweldo. Kulang daw ang 220 libong piso... kahit na 35 milyong Pilipino ang nabubuhay sa budget na 150 piso buwan-buwan.

"Ang problema ng bansa ay hindi militarismo, hindi komunismo, hindi kapitalismo... kundi TAYO MISMO!" sabi ng aktor na si Leo Martinez.

Sa opinyon ng Amerikanong social scientist na si James Fallows, ang pangunahing problema ng Pilipinas ay ang kakulangan sa pambansang pagkakaisa. Nag-ugat daw ito sa katotohanang bago dumating ang mga puti sa bansa, ang buong lupain ay nahahati sa mga kaharian ng mga magkakaagaw na datu. Ang bawat tribo ay may kanya-kanyang interes na pinapangalagaan, at ang bawat miyembro ay hinihingian ng katapatan na para lang sa kanilang maliit na grupo. Dahil dito, naging madali para sa mga dayuhan na isagawa ang dantaong pananakop. Hanggang ngayon, ang katapatan at personal na interes ng karaniwang Pilipino ay limitado lang sa mga pinakamalapit n'yang kapamilya, kamag-anak, at kaibigan.

Pero hindi limitado doon ang pagkukulang ng mga Pilipino. Sa obserbasyon ng tanyag na manunulat na si Francisco Sionil Jose, ang problema ng Pilipinas ay pinalala pa ng kaugalian nating mapagyabang. Ang mga kababaihan daw ay laging pusturyosa, at ang kalalakihan ay mahilig sa alahas. Bukod dito, kinalimutan na rin natin ang ating paniniwala sa kabutihang asal. Hinahayaan na lang natin ang mga karayaang nangyayari sa ating paligid dahil ang mahalaga sa atin ay ang katapatan at pakikisama sa mga kaibigan at kapamilya.

Kung dadagdagan pa ang litanya, mapapansin din ang pagiging sobrang materyalismo ng mga Pilipino. Silipin mo ang lugar ng mga squatters, kumpleto sa washing machine, refrigerator, tv, vhs, vcd player, at karaoke. Ang lahat ng 'yan sa loob ng ilang-dipang bahay na nakatirik sa lupang handa silang ipagpatayan kahit na hindi naman kanila. Dito makikita ang mithiin ng mga Pilipino na maabot ang kaginhawaan nang hindi sinusolusyonan ang kahirapan. Di bale nang hindi akin ang lupa, di bale na ang nakaw na tubig, di bale nang makipot ang bahay, di bale na ang maruming kapaligiran, di bale nang walang seguridad at magandang pamumuhay... kung pag-iipunan ko rin naman ito nang mahabang panahon, di bale na lang.

Sa puntong ito, masisisi rin ang mga patalastas ng alak na nagtuturo sa Pilipinong mag-inuman pagkatapos ng isang araw ng pagtatrabaho. Pwede sigurong mag-Johnnie Walker ang isang executive ano mang oras, pero para ipauso sa mga maliit na manggagawa ang paglagok ng alak bilang pabuya sa sarili sa bawat araw ng trabaho ay isa nang mapaminsalang panloloko.

"Bakit kami? Tahimik kaming naghahanapbuhay dito, namuhunan kami sa mga paninda namin, bakit nila kami pinakikialaman? Hindi naman kami kriminal! Bakit hindi yung mga magnanakaw ang pakialaman nila? Andami-daming holdaper d'yan, bakit hindi sila ang hulihin? Bakit kami???"

'Yan ang karaniwang reklamo ng mga illegal vendors tuwing may raid sa kanilang lugar. Bakit kami?!?

Siguro sa mga salitang 'yan payapang nakakubli ang pag-asa ng Pilipinas. Malaki ang gamit ng inosenteng "bakit kami" para sa pang-araw-araw na buhay ng mga Pilipino. "Bakit kami, at hindi ang mga magnanakaw?" tanong ng mga nagbebenta ng aliw. "Bakit kami, at hindi ang mga higanteng magnanakaw sa gobyerno?" tanong ng mga maliit na magnanakaw. "Bakit kami--mga opisyal kami ng gobyerno?!?" tanong ng mga malinis na politiko. Bakit kami?

Sa kadulu-duluhan, walang pumapayag na maging "sila". Tutal pare-pareho naman tayo... basta't walang pakialaman, walang kailangang maging "kami".

Isang totoong pangyayari ang naikwento sa dyaryo tungkol sa 70-taong gulang na lolo na nagmula pa sa isang probinsya. Lumuwas ng Maynila ang matanda para sa kanyang visa interview sa US Embassy, at dahil wala s'yang ano mang alam na salitang Ingles, isinama n'ya ang apo bilang translator.

Inutusan ng consul ang apo na tanungin ang lolo n'ya kung bakit gusto nitong pumunta sa Amerika.

"Bakit daw ho ba gusto ninyong pumunta sa Amerika?" tanong ng apo.

"Sabihin mong gusto kong makita ang mga anak ko doon," sagot ng lolo.

Muling ipinatanong ng consul sa apo kung bakit kailangan pang pumunta ng matanda sa Amerika, at hindi na lang papuntahin dito ang mga anak n'ya. Matapos tagalugin ng bata ang tanong, sumagot ang matanda.

"Sabihin mo, dito kasi ipinanganak ang mga anak ko. Nakita na nila ang Pilipinas. Gusto ko naman makita ang Amerika bago ako mamatay."

Dahil naasiwa sa katotohanang hindi man lang makapagsalita ng kahit kaunting Ingles ang matanda, ni-reject ng consul ang application nito. Sinabi ng apo sa kanyang lolo ang naging desisyon ng consul at ipinaliwanag ang dahilan. "Hindi raw kasi kayo marunong mag-Ingles."

Hindi ito ikinatuwa ng matanda kaya inutusan ang apo. "Sabihin mo ito sa kanya at huwag mong papalitan ang sasabihin ko. Putang ina niya, bakit siya nandidito eh hindi naman siya marunong mag-Tagalog."

Sinunod ng bata ang utos at sinabi ito sa consul. He said: "You son of a bitch, how come you are here... you do not know how to speak in Tagalog."

Sa pagkakagulat na may halong tawa, napilitang magbago ng isip ang consul at mabilis na inaprubahan ang visa application ng matanda.

Pambansang pagkakaisa... dangal... pambansang kasarilinan...

pagmamalaki... national pride--ito ang magiging mga bunga ng kaunlaran, pero ito rin kailangan ang maging ugat.

Naisip mo na ba kung gaano kaimportante sa isang bansa ang bandila? Sa pelikulang Red Corner, ipinakita ang simpleng halaga nito nang tinakbuhan ng bida ang mga pulis sa China papunta sa embahada ng Amerika. Ang wumawagayway na bandila ng Amerika ang naging simbolo ng kaligtasan para sa kanya. Pero syempre sa pelikula lang 'yon, at karaniwang mga bayani lang ang nakakaranas ng ganoon.

Pero napansin mo na rin ba na sa Amerika, at sa marami pang bansa, ang bandila ay simbolo rin ng pagiging "cool"? Kahit sa mga bahay, karaniwang nakasampay ang bandila ng Amerika sa mga balkonahe; minsan dekorasyon sa Christmas tree, sa pintuan, sa bintana, sa bag, at sa damit... nakakamangha... isang bagay kasi 'yon na hindi natin nasaksihang nangyari dito sa atin. Kung tanda man 'yon ng "paggalang" natin sa watawat, hindi ko alam.

Marami tayong hindi alam tungkol sa bansa. Grade four ako nang mabalitaan kong tayo raw ang nag-design ng moon buggy. High school ko na nalaman ang tungkol sa flourescent lamp ni Agapito Flores. At college na 'ko nang marinig kong Pilipino raw ang imbentor ng karaoke. Sabi pa nila, tayo rin ang nakaimbento ng yoyo, pero kelan ko lang nalaman 'yon. Ewan ko kung bakit parang top-secret ang mga ganitong impormasyon, parang mahirap paniwalaan dahil sa iilang tao mo lang maririnig. Parang wala tayong pakialam kung anuman ang narating nino. Tipong "no big deal"-- hindi dahil sa pangkaraniwan na sa atin, kundi dahil sa tila walang kwenta sa atin. Nakakalungkot nga kung bahagi ito ng sinasabi nilang kakulangan natin ng pagpapahalaga sa sarili.

Napansin ko rin ang sinasabing kakulangan sa "national identity" nang ipakita sa sikat na travel show ng Amerika ang

Boracay... nakakapanibago dahil Hawaiian ang tugtog! Ganoon din ang naging kapalaran ng Rizal Park nang ipakita ito sa saliw naman ng "The Four Seasons" ni Vivaldi. Wala tayong kasarilinan. Kung ibang bansa sa Asya 'yon, tiyak na sasalangan nila ng mga lute, flute, drums, at gongs.

Napansin ko rin ang sinasabing sobrang pagpapahalaga natin sa mga dayuhan tuwing may kinakausap sa kanila sa TV. Karaniwan silang tinatanong ng: "What can you say about the Filipinos?" "How do you find the Philippines?" na para bang kailangan nating marinig at siguraduhin na natutuwa sila lagi sa atin. Pero iba sa mga dayuhan, ang Pilipino ay pilit na nakikibagay pag s'ya ang nasa ibang bansa. Hindi s'ya tina-Tagalog ng mga Amerikano doon tulad ng pag-Ingles natin sa kanila dito.

Makikita rin ang pagkakaiba ng dalawang lahi sa telebisyon. Sa mga game shows ng Amerika, di alintana ng kalahok na sabihin ang trabaho n'ya bilang waiter, barber, messenger, o plumber. Sa atin, kailangan mong dagdagan ng "lang" kung ikaw ay mangingisda, magsasaka, karpintero, o driver... "lang." Samantalang ang maraming politiko naman, sa kabilang banda, kahit magnanakaw ay kailangang may "honorable" sa unahan ng pangalan.

Siguro kaya tayo mahiyain ay dahil alam natin kung ano ang nasa isip ng mga kapwa natin Pilipino. Alam natin kung mapapahiya tayo dahil ganoon din tayo manlait sa kapwa. Halimbawa, ang sino mang taga-probinsya ay tinatawag nating "Bisaya!" Tinutukso natin ang pango, negro, at pandak, kahit na halos tatlo sa bawat limang Pilipino ay may mga ganyang katangian. Pinapalitan din natin ng "mother" ang salitang "nanay" sa di malamang kadahilanan. Tipong mas maganda ang tunog ng "Sir, s'ya po ang MOTHER ko." kumpara sa "Sir, s'ya po ang NANAY ko."

Tama si James Fallows nang banggitin n'ya na matindi tayo

maglaitan sa isa't-isa. Ipinakita natin ito sa EDSA TRES nang tawagin nating "mga magnanakaw" at "mababaho" ang nagsipunta doon. Di tulad ng mga taga-EDSA DOS, ang sumunod na pagtitipon ay binuo ng mga mamamayang walang cellphone at pabango. "Mababaho."

Pero kadalasan, mas malinaw na halimbawa ng panlalait ang nanggagaling sa mga Pilipino sa ibang bansa--mga "ex-Pilipino." Isa na dito ang kaibigan kong ginawa na yatang pastime ang pangongolekta ng mga pangit na balita tungkol sa bansa. Nakakaawa na raw masyado ang Pilipinas. Bakit daw tayo nagkaroon ng ganoong klaseng presidente. Puro na lang daw tayo bagyo at baha. Wala na raw makain ang mga Pilipino. Nakakatakot na raw dito dahil sa Abu Sayyaf. Puro kidnapan at terorista na raw ang bansa. Pero ilang araw matapos n'yang sabihin 'yon, pinasabog ang Amerika. Tama... nakakatakot na nga ang Pilipinas!

Ang nakakalungkot sa mga "brown Americans" ay ang asal na matapos nilang iwanan ang bansa, habambuhay na nila itong yuyukuin. Matingkad na ang pagiging "ninyo" natin, at "namin" nila. "Nakakaawa ang bansa NINYO, di tulad ng bansa NAMIN." Ikinakahiya nila ang mga Pinoy sa Pilipinas, tingin nila'y tayo lang at hindi sila ang pwedeng makasira sa pangalan. Pero pag medyo maganda ang balita sa bansa, ikinakabit nila ulit sa sarili ang pagiging Pilipino. Sila ang mga taong de-perdible ang pagkamamamayan... ikinakabit at tinatanggal... depende sa ihip ng hangin.

Pero alam kong nakaantabay pa rin ang ibang mga "ex-Pilipino" sa mga nangyayari sa bansa. Inaalam nila kung ano pa ang pwedeng maipintas sa bansang ipinagpapasalamat nilang nalisan. Sa pamamagitan ng mga insultong ibinabato nila sa Pilipinas, inaasahan nilang magbabago at uunlad ang bansa. At sa panahong 'yon, Pilipino na ulit sila.

"In the beginning of a change, the patriot is a scarce man, and brave, and hated and scorned. When his cause succeeds, the timid joins him, for then it costs nothing to be a patriot."
- Mark Twain

"Pagod ka na bang maging Pilipino?"

'Yan ang katanungang tinalakay dati sa programa sa telebisyon, nagtatanong kung gaano na nga ba karami sa atin ang nag-aasam na mangibang-bayan na lang.

Siguro ayos lang kung yung mga street children ang sisigaw ng "Putanginang buhay--ayoko na maging Pilipino!" o ang mga taga-dump site ng "Tangina, INYO NA LANG ANG PILIPINAS!!!!" kasi walang kwenta 'tong bansang 'to. Walang oportunidad. Walang silbi.

Pero kadalasan, ang mga sawa nang maging Pilipino e yung mga nakatikim na ng Disneyland at snow. Yung mga tambay ng 90210 at Creeks. Yung mga nakatapos ng edukasyon, may magandang trabaho, may malusog na pamilya, may sariling bahay, lupa, at sasakyan. Kung Japan ang nagbigay sa kanila ng mga biyayang 'yon, hindi ko alam. Malamang padala 'yon ng Amerika... o ng Europe. Pero imposibleng sa Pilipinas 'yon nanggaling. Sabi siguro ng

Pilipinas: "Ako? Paano naman ako makakapagbigay ng ganyan??? Hindi ko kaya 'yan, dengue lang ang kaya kong ibigay sa mga mamamayan ko. Wala akong kinalaman sa ano mang kaginhawaan ng sino mang Pilipino!"

Kung pag-asenso lang naman, madaling umasenso sa ibang bansa. Mas madali kumita ng pera. Mas masusuportahan mo ang sarili mong estilo ng pamumuhay. Pero di nangangahulugan na wala ka nang mahihita sa bansang kinagisnan mo. Dahil aminin mo man o hindi, gumamit ka rin ng kayamanan n'ya.

Marami ang ayaw na sa Pilipinas, pero walang nagtatanong kung gusto sila ng Pilipinas. Paano kaya kung wala tayong bansa pagkapanganak, at kailangan nating pagpaguran ang pagiging mamamayan natin? Paano kung may exam at application bago maging mamamayang Pilipino? Paano kung taun-taon kailangan nating mag-renew ng lisensya bilang mamamayan ng bansang 'to? Minsan maiisip mo, ano kaya ang mararamdaman ng mga bayani natin kung makikita nila tayo ngayon? Ano kaya ang masasabi nila sa paraan ng paggamit natin sa kalayaan na ipinaglaban nila?

Hanga ako sa isang Afghan na napanood ko sa balita. Nagtatrabaho s'ya sa US Embassy sa Afghanistan. Dahil sa giyera, inalok s'ya ni Uncle Sam na sa Amerika na lang manirahan kasama ang kanyang pamilya, pero tinanggihan n'ya ito. Mas ginusto n'ya pang mabuhay sa lugar ng kaguluhan at paghihirap kaysa manirahan sa bansang mayaman, malaya, at tahimik. Mahal n'ya raw kasi ang kanyang bayan, at tulad ng isang sundalong hindi nang-iiwan sa sugatang kasama, dadamayan n'ya ito sa oras ng matinding pangangailangan.

Wala namang masama sa pangingibang-bayan. Walang masama kung gusto mong lisanin ang barkong sa tingin mo'y papalubog na. Basta't wag mo lang hahagisan ng anumang pabigat ang barko habang pinagsusumikapan itong isalba ng ibang tao.

Naniniwala akong may pag-asa pa ang Pilipinas. Makikita mo ito sa mga Pilipinong karaniwan nang nagbabalik ng mga nawalang pitaka na naglalaman ng libu-libo--at minsan, milyong piso. Makikita mo rin ito sa mga namamasukang yaya sa ibang bansa, na nagbubuwis ng buhay para iligtas sa disgrasya ang mga alaga nilang bata. Simpleng pakinggan, pero kung iisipin mong galing sa third world country ang mga taong may ganyang prinsipyo, na kung saan ang perang maiuuwi sa pamilya ay walang kasing halaga, makikita mo na buhay pa rin sa ugat ng Pilipino ang dugo ng mga bayani.

Siguro madalang mangyari, pero nangyari na! Naipamalas na ng mga Pilipino ang pagkakaisa nang mamatay si Benigno Aquino, Jr., nang mag-protesta tayo laban sa nuclear testing ng France, nang ipaglamay natin ang hatol kay Flor Contemplacion, nang salubungin natin ang santo papa, at nang paulit-ulit tayong nagpunta sa EDSA.

Ilang beses nang nagkaisa ang mga Pilipino. Pero kung kaya lang sana nating magkaisa ulit... yung hihigit sa isang gabi o ilang araw... yung magtatagal at magpapatuloy kahit wala nang mga tao sa kalye... yung kahit wala nang ilaw, camera, megaphone, at mga ribbon sa puno... yung hindi na tayo nagpapatalsik ng pinuno... yung bumubuo na tayo ng maunlad na lipunan na binuklod ng kultura ng pagkakaisa at pagbabago... araw-araw... tahimik... patuloy... sana... kung kaya natin....

Sabi sa dating patalastas ng RCBC: "Ano ang talino kung walang disiplina? Ano ang gamit ng mapagkukunang-yaman kung walang kaayusan? May iba na mas kaunti ang biyaya kesa sa atin, pero mas malayo ang narating. Kaya nating manguna. Ang kailangan lang ay disiplina."

Paano nga kaya kung ang solusyon pala sa problema ng bansa ay ang mismong solusyon na iniisip nating lahat pero pinagdududahan dahil sa sobrang simpleng pakinggan at sobrang hirap gawin?

Hindi ko matandaan kung ano ang pangalan, pero isang peryodista ang dating gumawa at nagmungkahi ng new year's resolution sa taong 2000 para sa mga politiko, manggagawa ng gobyerno, at karaniwang mamamayang Pilipino:

- Alamin at igalang ang saligang-batas.
- Huwag tumanggap ng regalong bunga ng mga pagbisita sa opisina ng iba't-ibang rehiyon.
- Tanggihan ang mga alok na komisyon.
- Siputin ang pagtitipon ng mga tao at organisasyon na pinangakuang dadaluhan.
- Pakisamahan ang media, tanggapin ang mga puna nang maluwag sa loob.
- Itigil ang pagkaltas ng pera sa pondo ng opisina para lang sa sariling pagkain.
- Itigil ang paggagawa ng letters of recommendation na hindi makatotohanan.
- Itigil ang pagluluklok ng mga kamag-anak sa posisyon

sa gobyerno.

- Piliting makadalo sa lahat ng pulong sa takdang oras at nang walang liban.
- Iwasang abalahin masyado ang mga tao sa pamamagitan ng mahahaba at paulit-ulit na talumpati.
- Itigil ang pananakot sa mga tao sa pamamagitan ng mapagbantang talumpati at imbistegasyon.
- Igiit ang tuluyang pagtatanggal sa pork barrel funds.
- Itigil ang paggamit sa pera ng sambayanan sa mga di-kailangang pagbisita sa ibang bansa.
- Huwag magsagawa ng pulong sa mga mamahaling hotel.
- Akuin ang mga pagkukulang ng sarili kong opisina.
- Mag-resign pag nagkaroon ng iskandalo sa aking ahensiya.
- Ipasa ang mga bagay na nakukumpiska sa mga kinauukulang ahensiya.
- Tanggihan ang mga alok para gamitin ang mga ipinuslit na sasakyan kahit pa opisyal na inaprubahan ng Bureau of Customs.
- Hindi ko gagamitin ang opisina ko para mag-alok ng ano mang komersyal na produkto o serbisyo.
- Panatilihin ang magandang pangangatawan bilang pulis.
- Igalang ang karapatang pantao ng bawat mamamayan.
- Itabi ang baril sa bahay kung hindi oras ng trabaho.
- Daluhan ang flag ceremonies.
- Iwasan ang pagsasabatas ng pagpapangalan ng namatay na kamag-anak sa mga kalye o publikong lugar.
- Siguraduhing lahat ng ipinapanukala kong batas ay may sapat at nakahandang pondo.
- Bawasan ang mga tauhan ko sa opisina. Alisin ang mga bodyguard.
- Itigil ang paggamit sa mga tanda na magbibigay sa akin ng pribilehiyo--mga naka-motorsiklong escort, sirens, blinkers, at low-number plates.

- Itigil ang pagsuhol sa mga botante at election inspectors.
- Matiwasay na tanggapin ang pagkatalo ko sa eleksyon.
- Huwag mangako ng mga bagay na hindi ko kayang tuparin.
- Magbayad ng buwis nang maaga at sapat.
- Maging mabait sa mga turista at iba pang bisita.
- Bumoto nang tama.
- Mag-volunteer work.
- Sumunod sa mga batas trapiko.
- Makibahagi sa mga pampublikong pagpupulong at usapin.
- I-report ang mga karayaan sa mga pampublikong opisina.
- Igalang ang kapaligiran.
- Kilalanin ang halaga ng pagpaplano ng pamilya.
- Kantahin ang pambansang awit nang puno ng dangal at may malakas na tinig.
- Itigil ang paggamit sa bangketa bilang paradahan ng sasakyan.
- Itigil ang pag-ihi sa mga pader at kalsada.
- Itigil ang pagpapakalat ng mga bulung-bulungan.
- Tumulong sa pagpapaibayo ng pagkakaisa sa pamayanan.
- Hingin ang mabilis at maayos na serbisyong publiko. I-reklamo ang mga serbisyong di-maaasahan.
- Panagutin ang mga pinunong bayan.

Hindi magiging madali ang solusyon sa mga problema ng bansa.

Pero makakatulong na pagtuunan ng pansin ang edukasyon, paggawa, pagsupil sa graft and corruption at drug addiction, at ang pagtataguyod ng pambansang katahimikan at pagkakaisa.

Importante ang papel na ginagampanan ng edukasyon sa tinatawag na "nation building." Hindi pwedeng hindi unahin ang edukasyon, pag nagkamali ka dito pa lang, wala nang mapapala ang bansa. Walang iniwan ang mga mamamayang mangmang sa mga bakang nangangailangan ng pagpapastol. Lagi mo silang susundan at sisilipin. Hindi nila kayang alagaan maging ang mga sarili nila.

Pero hindi ito ang edukasyon na basta lang tumatalakay sa Science, English, at Mathematics. Hindi sapat na maging matalino ang isang mamamayan, kailangan n'ya ring malaman kung para saan at paano gamitin ang talino. Kung maabot n'ya ang antas ng karunungan kung saan magagawa n'yang paunlarin ang sariling bansa, sa halip na magpaunlad ng sarili sa ibang bansa, naging matagumpay nga s'ya sa pag-aaral.

Mahirap ipag-utos ang disiplina, pero kung malalaman ng tao ang mga dahilan kung bakit hindi dapat kalbuhin ang kagubatan, magpaputok tuwing bagong taon, at magbenta ng boto tuwing eleksyon, magiging madali ito. Tama si Professor Randy David, sa halip na pagbawalan bumoto ang mga Pilipinong mababa ang pinag-aralan, bakit hindi sila pag-aralin? Ang edukasyon ng bawat Pilipino ay obligasyon ng kapwa n'ya Pilipino.

Matapos magkaroon ng talino at kakayanan ang tao, kailangan n'ya ng trabaho na mapaggagamitan nito. Trabaho ang bubuo, magpapatakbo, bubuhay, at magpapa-unlad sa isang bansa. Ang mga manggagawa ang bibeng mangingitlog ng ginto na ipanunustos sa pangangailangan ng bayang abala. Ang paglimot sa kapakanan ng mga manggagawa ay kalawang na pinapakapit natin sa makinarya ng pag-unlad. Kung tinawag man nating bayani ang mga OFW, sana'y hindi ito dahil sa nag-uuwian silang nakakahon galing sa ibang bansa.

Pero sa kabila ng mga paghihirap nating ito, pinakamasaklap ang malamang sa kaban lang pala ng iilan babagsak ang lahat. Kung hindi masusugpo ang graft and corruption, at kung hindi tayo magkakaroon ng epektibong sistema ng pangungolekta ng buwis, para na rin tayong nag-ipon ng tubig sa lambat.

Nakakapanghina tingnan ang mga tulay, daan, gusali, at iba pang proyekto ng pamahalaan na hindi natatapos. Dahil sa bawat programang ito, asahan mong bilyun-bilyong piso ang pinalilipad ng gobyerno. At ang bawat piso d'yan ay dugong ikinaltas sa mga tagabayad ng buwis. Ang bawat proyekto ay bunga ng mahabang proseso na nag-uumpisa sa panliligaw natin sa mga banyagang mamumuhunan. Pero ano ang silbi ng buwis kung mauubos lang sa mga proyektong kailangang ulit-ulitin, palitan ng pangalan, at buhusan ng panibagong pondo taun-taon dahil sa pinabayaan na lang ng mga taong nagsimula nito? Ano ang pakinabang ng mga awtoridad na mahilig mag-umpisa pero walang pakialam sa resulta? Kung hirap nang kumita ng pera ang gobyerno, hindi pa ito marunong gumastos... wala na nga talaga itong kinabukasan.

Kabataan daw ang pag-asa ng bayan. Totoo man ito, hindi natin malalaman kung mga batang bangag sa droga ang bubuo ng panibagong henerasyon ng mga Pilipino. Droga ang sumisira sa buhay ng mga kabataan. Droga ang kadalasang dahilan ng mga krimen sa bansa. At droga rin ang bundok na nakapatong sa balikat ng mga kababayan nating gusto pang lumaban sa kahirapan pero nawalan na ng pag-asa. Hangga't nagsisilbi tayong paraiso ng mga druglord, hindi magiging ligtas na lugar ang bansa.

Sa parehong paraan, walang seguridad at katahimikan na mangyayari sa bansa kung hindi mababago ang tingin ng mga mamamayan sa mga pulis na dapat ay nagbibigay proteksyon sa kanila. Kung hindi maaasahan sa pagpapatupad ng batas ang mga taong sumumpa at tumanggap ng ganitong responsabilidad, sino pa ang pwede nating takbuhan?

Hindi natin makakamtan ang totoong kaunlaran kung walang pagkakaisa at katahimikan. At kung sa isang milagro ay makamit man natin ito, wala rin itong saysay kung araw-araw namang balot sa takot at pangamba ang mga negosyante't mamamayan. Hangga't nagtuturingan ang lahat bilang Kristiyano o Muslim at hindi bilang magkakapatid na Pilipino, hindi malayo ang ating mararating.

"At sa bundok ng basurahan ng Subic ay pinulot ng isang kano at pinuhunanan ng thirty dollars ang isang kotseng Rambler at ibinenta sa isang pinoy sa presyong dalawang libong piso at tuwang-tuwa ang bobong pinoy."
- Lualhati Bautista, Gapo

Sa dalawang taon ng Bobong Pinoy sa Internet, ilang beses din akong nakatanggap ng sulat galing sa mga nainsultong Pilipino. Ikinalat ko raw kasi ang baho ng bansa sa buong mundo.

Pero Tagalog ang website ng Bobong Pinoy. Sinadya ko 'yon dahil Pilipino ang mga kausap ko... usapang pamilya, atin-atin lang. Kung meron mang ibang lahi na nakakaintindi ng Tagalog at nakikinig sa kwentuhan, hindi ko na sila inaalala. Sigurado akong bago pa nagkaroon ng Bobong Pinoy, nabalitaan na nila ang scam na nangyari sa 1992 Little League Baseball sa Amerika. Sayang, panalo tayo doon e, kaso nabawian tayo ng trophy dahil nagpadala tayo ng mga

"Naghihintay rin s`ya sa pagbagsak ng bayabas?"

manlalarong lagpas ang edad. Nakilala na rin tayo sa Take-it-Take-it film fest scam noong 1994. Dahil doon kaya binabantayan na ngayon ng accounting firm ang pagbubukas ng mga sealed envelope sa awards night. Nabalita na rin yata sa buong mundo ang dagdag-bawas na nangyari sa eleksyon natin noong 1995. Mismong mga pinuno ng bansa natin ang kumana doon. At sinong hindi nakakakilala kay Jun Labo, yung faith healer na nag-oopera nang kamay lang ang gamit. Marami ring dayuhan ang nabiktima noon. Kasindami siguro ng mga nabiktima ng mga tsuper at kutsero nating nananaga ng singil sa mga turista. At kailangan pa bang banggitin dito ang Abu Sayyaf?

Ayaw pag-usapan ng mga Pilipino ang sakit ng bansa... kaya tuloy mga taga-ibang bansa ang gumagawa nito para sa atin. Kaya tuloy pag lumalabas ang mga biskwit na pinangalanang "Filipinos", napapraning tayo kaagad at nag-iisip ng kung anu-ano. Kung tutuusin wala naman talagang isyu sa bansa na hindi pa alam ng mga dayuhan. Pwede kang kwentuhan ni Claire Danes tungkol d'yan.

Pinilit ko ring tagalugin ang librong 'to para sa kapakanan ng mas maraming Pilipino... pasensya na sa mga hindi eksaktong pagsasalin ng salita mula sa Ingles. Napansin ko kasing madalas nasasaisantabi ang masa pagdating sa libro at talumpati ng mga politiko. Tagalog kung kausapin ang taong bayan tuwing eleksyon, pero pagkatapos noon puro ang mga nakakaintindi na lang ng English ang kakwentuhan ng gobyerno... at magtataka pa tayo kung bakit hindi "intelligent voters" ang Pilipino.

Kung may pagkakataon ka na magsalita sa entablado at

mapakinggan ng mga Pilipino sa buong mundo, ano ang sasabihin mo? 'Yan ang oportunidad na ibinigay sa akin ng Internet. Ginawa ko ang Bobong Pinoy sa simpleng dahilan--may pagkakataon. Hindi ako komentarista sa radyo, patnugot sa peryodiko, aktibista sa kalye, o nagbabalak na politiko. Sana nga e meron akong mataas na posisyon sa lipunan para magkaroon ng kabuluhan ang mga opinyon ko. Pero kung ganoon nga, malamang masyado rin akong abala ngayon para mapansin pa ang lumpong sistema. Delikadong iasa sa kamay ng makapangyarihang iilan ang kinabukasan ng bansa. Sa bandang huli, mas makapangyarihan pa rin ang masang nag-iisip kesa sa awtoridad na nagsasalita.

Ordinaryong mamamayan lang ako na nagkwento ng pananaw ko tungkol sa sariling bansa. Kuwentong barbero. Hindi ako naghahangad na maging pinakamaunlad na bansa ang Pilipinas, pero mas masarap siguro maging Pilipino kung may matitirhan ang mga kababayan nating natutulog sa kalye, makakapaghanapbuhay ang mga tao, makakain nang tatlong beses sa isang araw ang bawat pamilya, at makakapag-aral ang lahat ng bata.

Oo, maraming bayan ang tulad ng Pilipinas na sinisisi rin ang sarili nila. Maraming problemang binanggit sa librong 'to na hindi lang naman sakit ng mga Pilipino. Pero hindi natin pinag-uusapan dito ang mga pagkakapareha o pagkakaiba ng mga kakulangan natin at ng ibang bansa. Ang pinag-uusapan dito ay ang kamulatan natin sa mga mali nating pwedeng itama, ang pagbawas sa sariling kapintasan, at ang pag-unlad sa kabila ng mga kakulangan nating medyo mahirap talaga punan.

May mga nabanggit si Barth Suretsky at ang iba pang manunulat dito, na hindi gaanong tama o nalipasan na ng panahon. Pero hindi dapat ang mga paisa-isang pangungusap ang hinahanapan natin ng mali, kundi ang taong tinatapik ng mga pangungusap. Napansin kong karaniwan nang inuulan ng pintas at argumento ang mga sulatin na akmang naghahangad ng pagbabago at kaayusan, pero hindi dapat doon nakatuon ang pansin natin. Hindi dapat nakatutok ang atensyon natin sa pagpapabulaan sa mga kulang o sobrang pahayag bilang depensa sa kapalaluan. Walang mapapala kung hahanapan lang natin ng butas ang bawat pagtatangka ng ilang tao na mailarawan ang kalagayan natin ngayon, dahil kung ganoon e para na rin tayong nag-aksaya ng pagod sa pagbibilang ng buto ng pakwan. Higit sa pakikinig kung ano ang sinasabi, unawain mo kung ano ang ipinapahayag: "May problema ang bansa, nangangailangan ito ng tulong mo." 'Yan lang ang simpleng mensahe. Hindi na importante kung may iba kang opinyon, ang importante'y isa ka ring nagmamalasakit.

"Sige nga! Magbigay ka ng 12 na dahilan kung bakit magandang manirahan sa Pilipinas, kung bakit dapat tayong manatili rito."

'Yan ang hamon na nabasa ko dati sa website ng Kakosa.com. Labindalawang dahilan? Mahirap magbilang, pwede akong umabot sa isang milyong dahilan kung bakit magandang manirahan sa Pilipinas. Pero sa isang milyon na 'yon, pwedeng wala ni-isa man doon ang makabuluhan para sa ibang tao. Dahil kung gusto mo talagang manirahan sa Pilipinas, isang dahilan lang, sapat na. At kung talagang ayaw mo naman ang kinaroroonan mo, hindi mo na rin kailangan pa ang pangalawang dahilan. Ipinagmamalaki ko ang Spolarium, adobo, Mayon Volcano, Rice Terraces, Boracay, Philippine eagle, dugong, sampaguita, ilang-ilang, at sila Paeng Nepomuceno, Carlos P. Romulo, Efren "Bata" Reyes, Lea Salonga, at marami pang iba. Pero "bonus" lang ang mga ito sa pagiging Pilipino. Pilipino ako, sapat nang dahilan 'yon para mahalin ko ang Pilipinas.

Sa isang anekdota ni Rizal, ikinuwento n'ya nang minsang lapitan si Pilosopong Tasio ng dalawang bata. Isa sa mga bata ang may ikinukubling ibon sa kamay. Para subukin ang talino ng matanda, pinahulaan nila dito kung ang ibon ay buhay o patay. Kung sasabihin ni Pilosopong Tasio na buhay ang ibon, sasakalin ng bata ang leeg nito para pabulaanan s'ya. Kung sasabihin n'ya namang ang ibon ay patay, pakakawalan lang ito ng bata para ipakitang nagkamali s'ya. Buhay ba o patay? Ano man ang isagot ni Tasio, mapapahiya s'ya sa mga bata. Kung kaya sinabi ng maalam na matanda, "Ang sagot ay nasa inyong kamay."

Apat na raan at walumpu't-isang taong gulang, higit sa walumpong wikain, walumpu't dalawang milyong mamamayan, pitong libo't isang-daang isla, sa hilaga ng ekwador, timog-kanlurang bahagi ng Pasipiko, 'yan ang Pilipinas. Lupang hinirang. Tahanan ng ating lahi. Tahanan ng Flores de Mayo, halo-halo, Ibong Adarna, kundiman, Pop Cola, kare-kare, palitaw, bakya, PBA, pito-pito, balagtasan, tabo, Kuwarta o Kahon, tinikling, kalabaw, Flor de Luna, longganisa, bayanihan, at labong.

Sa ngayon ay wala nang Bobong Pinoy. Wala na ang depektibong presidente. Wala na rin ang mga Kastila at Hapon. Pero wala pa ring ipinagbago ang Pilipinas. Kung meron man, ito ang lalong pagkakawatak-watak ng mga tao at ang walang katapusang pag-aagawan ng kapangyarihan ng mga nagbabanggaang puwersa. Magmula sa mga maliliit na lungsod hanggang sa buong bansa, puro agawan ng kapangyarihan. Puro balita ng kawalanghiyaan. Puro mga pagpapasabog, pagbabanta, at pananakot sa mga mamamayan. Kung sino ang may gawa, walang umaamin. Patuloy ang pakikipaglaban ng marami para sa karapatan na wala namang matinong paggagamitan.

Samantala, wala pa ring malinaw na lunas para sa sakiting bansa. Walang pumapansin sa nag-aapoy nitong lagnat, at walang gustong magbigay ng gamot.

"So on all sides there are groans, gnawing of lips, clenching of fists, many hollow words, great ignorance, a deal of talk, a lot of fear. The patient is near his finish!"
- Jose Rizal, La Solidaridad

Hindi naging madali ang paghanap sa mga may-akda ng mga lathalaing napabilang sa librong 'to. Lubos naming ipinagpapasalamat ang opinyong naibahagi nina:

Teresito C. Bacolcol
Orion Pérez Dumdum
Nick Garcia
Mack P. Magno
Barth Suretsky
Matthew Sutherland
Joaquin Sy
Herdy Yumul
at ng CyberTambayan.com
Tribo.org
Get Real, Philippines
Kakosa.com
LakbayK-Tribo.com
at PinoyTrivia.com